పండుగనాడు

కథలు

కస్తూరి విజయం
VICTORY OF KASTURI

సంపాదకత్వం

పద్మజ పామిరెడ్డి

Panduganaadu

of

Padmaja Pamireddy

Published By: Kasturi Vijayam

Published on: Jan,2026

ISBN (Paperback): 978-81-988184-5-4

Print On Demand

Website: www.kasturivijayam.com

Ph: +91-9515054998

Email: Kasturivijayam@gmail.com

Book Available

@

Amazon, flipkart

కథా కిరీటం

కథా ఖ్యాతి కిరీటానికి మరో మణిహారంలా మెరిసిన ఈ సృజనాత్మక యత్నానికి ప్రేరణనిచ్చిన రచయితలకూ, ఆ కథలను లోకవేదికపై నిలిపిన 'కస్తూరి విజయం' సంస్థకూ హృదయపూర్వక అభినందనలు.

పండుగల ఉత్సవ వైభవాన్ని, వాటి చుట్టూ అల్లుకున్న అనుభూతులను, చిత్రవిచిత్ర మానవ స్వభావాలను కథా రూపంలో మలచిన రచయితల సృజనాత్మకత అపూర్వం. ఈ పోటీలో దాదాపు 92 మంది రచయితలు తమ రచనలతో పాల్గొనగా, పది కి పైగా దేశాల నుంచి అంతర్జాలం ద్వారా వచ్చిన కథలు తెలుగు కథకు లభిస్తున్న అంతర్జాతీయ గౌరవానికి సాక్ష్యాలుగా నిలిచాయి.

వచ్చిన ప్రతి కథను క్షుణ్ణంగా పరిశీలించి, వాటిలోని సాహిత్య విలువలను వడపోసి, అత్యుత్తమమైన 22 విశిష్ట కథలను ఒక ప్రత్యేక 'కథా సంపుటి'గా మలచడం ఈ ప్రయత్నానికి మరింత గౌరవాన్ని చేకూర్చింది.

ఈ బృహత్తర సాహిత్య కార్యంలో సంపాదకులుగా అంకితభావంతో వ్యవహరించిన శ్రీమతి పద్మజ పామిరెడ్డి గారికి, కథలను చదివి సంస్కరించడంలో, ప్రూఫ్ దిద్దడంలో కీలక పాత్ర పోషించిన వంగిపురపు హిమబిందు గారు, కొత్తపల్లి రవికుమార్ గారికి ప్రత్యేక కృతజ్ఞతలు. అతి స్వల్ప కాలంలోనే ఇంతటి నాణ్యమైన సంకలనాన్ని సుసంపన్నంగా ఆవిష్కరించడం వారి శ్రమకు ప్రతిఫలం.

తెలుగు కథా సాహిత్యాన్ని సుసంపన్నం చేస్తూ, సృజనాత్మకతకు వేదికగా నిలుస్తున్న 'కస్తూరి విజయం' సంస్థకు, ఈ మహత్తర ప్రయాణంలో భాగస్వాములైన ప్రతి ఒక్కరికీ హృదయపూర్వక శుభాభినందనలు.

కస్తూరి విజయం

విషయసూచిక

నోముల పండుగ

డా. పామిరెడ్డి దామోదరరెడ్డి
అనంతపురం,
Ph- 9030213626

ఇంట్లో పిల్లా పాపలతో సందడిగా ఉంది. దీపావళి పండుగ నాడే నోములు నోయడం ప్రతి సంవత్సరం జరుగుతుంది. పట్నం నుండి మా వకీల్ మామ, అత్తా తెచ్చే టపాకాయల పైనే పిల్లల దృష్టి అంతా ఉంటుంది. జీపు శబ్దం వినపడగానే పరుగు పరుగున పిల్లలంతా బయటికి వచ్చి చూసారు. జీపులో నుండి అత్తా, మామ దిగుతున్నారు. పిల్లలంతా ఒక్క సారిగా దగ్గరకు పరిగెత్తి వాళ్ళ చేతిలోని సామాన్లను తీసుకున్నారు. అత్త మాత్రం ఒక పెద్ద సంచిని ఎవ్వరికి ఇవ్వకుండా తానే తీసుకొని వచ్చింది. దాన్నిచాలా జాగ్రత్తగా అటక పైన పెట్టింది. అది పిల్లలకెవరికి అందదు.

పిల్లలు తమ చేతిలో ఉన్న సామానంతా నట్టింట్లో కింద పోసి చూస్తే అందులో రక రకాల టపాకాయల పెట్టెలు కనిపించాయి. పిల్లలు పెద్దగా కేకలు వేస్తూ తమ సంతోషాన్ని తెలిపారు.

పిల్లల అరుపులు విని అమ్మమ్మ బయటి గది లోకి వచ్చింది. అందరిని బయట ఆడుకోమని చెప్పింది. మేమంతా బయటకు వెళ్లి టపాకాయలు గురించి మాట్లాడుకుంటున్నాం. బావ మాత్రం ఏమి మాట్లాడ లేదు.

నేను అతని దగ్గరకు పోయి “ఏం అలా ఉన్నావ్” అని అడిగాను.

"ఏమి లేదు, పిన్ని చేతిలో సంచి ఎక్కడ పెట్టిందో తెలియడం లేదు. అందులో ఏం ఉండేది చూడాలి. అందులో ఏవో స్పెషల్ తప్పకుండా ఉంటుంది" అని చెప్పాడు.

అతని మాస్టర్ ప్లాన్ ఏమిటో నాకర్థమయింది. "బావా! అత్త కొడుకులు కూడా వచ్చినారు. మెల్లగా వారి దగ్గర కూపీ లాగుదామా?" అని అన్నాను.

"లాభం లేదు. ఆ నాయాళ్ళు దొంగ నాయాళ్ళు. అడిగితే చెప్పరు. మనమే ఏదో విధంగా కనిపెట్టాలి. శివ లక్ష్మిని పిలువు. దీనికి ఆమె కరెక్ట్" అని చెప్పాడు.

పిలవగానే లక్ష్మి వాళ్ళ అన్న దగ్గరకు వచ్చింది. "లక్ష్మి! పిన్ని తన దగ్గర ఉన్న సంచిని ఎక్కడో పెట్టింది. అది ఎక్కడ ఉందో తెలుసుకొని చెబుతావా?" అని అడిగాడు.

"ఓ! తప్పకుండా కనుక్కుంటా. మరి నాకేమి ఇస్తావ్ ?" అని అడిగింది.

"నాకు ఇచ్చే కాకర పూలన్నీ నువ్వే కాల్చు. అవన్నీ నీకే" అని ఆశ పెట్టాడు. ఆమె వెంటనే తూనీగలా పరిగెత్తింది.

ఇంట్లో పూజారి మంత్రాలు చదువుతున్నాడు. అమ్మమ్మ, తాతయ్య, అమ్మ నాయన, పిన్నిగారు, అత్తా మామలు ఇంకా వచ్చిన చుట్టాలు అంతా ఆ పెద్ద ఇంట్లో పూజగది ముందు కూర్చొని చేతులు జోడించి దేవుడికి మొక్కుకుంటున్నారు. అమ్మవారికి బాగా అలంకరణ చేసారు. పూజారి పూలు, పసుపు బియ్యం అమ్మవారి విగ్రహం పై చల్లుతూ మంత్రాలు గట్టిగా చదువుతున్నాడు. అంతా నిశ్శబ్దంగా ఉండమని అమ్మమ్మ చెబుతున్నా ఎవరి గొడవల్లో వాళ్ళున్నారు. లక్ష్మి మెల్లగా సాంఘి మంచం మింద కూర్చొని ఉన్న వకీల్ సిన్నాయన దగ్గరకు వెళ్ళింది.

"అయ్యా! పిన్ని దాచిపెట్టిన సంచిని తెమ్మంది . ఎక్కడ ఉందో తెలియడం లేదు, నీకు తెలుసా" అని అడిగింది.

"అమ్మా! పూజ అయ్యిపోవడానికి చాల టైం పడుతుంది. పూజ అయిపోని" అని

చెప్పాడు.

"లేదు అందులో పూజ కోసం ఏదో తెచ్చినారంటగా! అందు కోసం దాన్ని తెమ్మంది".

వకీలు విసుక్కుంటూ "దాన్ని మీ పిన్ని అటక పైన పెట్టింది. నీకు అందదు. మీ పిన్నినే వచ్చి తీసుకోమను" అని అన్నాడు.

సరేఅని అంటూ అక్కడ నుండి లక్ష్మి తానేదో సాధించిన దాని లాగ బయటి కొచ్చింది. ఆమె కోసం ఎదురుచూస్తున్న మా దగ్గరికి వచ్చి ఆ సంచి అటక పై ఉందంట అని చెప్పింది.

"అందులో ఏమున్నాయి" అని బావ అడిగాడు.

"ఏమో తెలియదు, అయ్య చెప్పలేదు" అని బదులిచ్చింది.

బావ దీర్ఘంగా ఆలోచిస్తూ, "రేయ్! అటక పైన గవాసి ఉంది. మిద్దెక్కి అందులో నుంచి చూద్దాం పదా" అంటూ నిచ్చెన ఎక్కి గవాసి దగ్గరకు వెళ్లి చూసాం.

అటక పై పెద్ద అట్టపెట్టె కనపడింది. ఇంట్లో నుండి మంత్రాలు వినిపిస్తున్నాయి. బావ మిద్దెపై ఉన్నఓ పెద్ద కడ్డి తీసుకొని మెల్లగా గవాసి లోనుండి అటక పై ఉన్న అట్టపెట్టె పై పెట్టాడు.

"బావ, కింద ఉన్న వాళ్ళు చూస్తే మనల్ని చావగొడతారు. జాగ్రత్త" అని అన్నాను.

"నువ్వేమి భయపడద్దు. ఎవరయినా వస్తారేమో చూస్తాండు" అని కడ్డీని అట్టపెట్టె పై పెట్టి గట్టిగా తిప్పి మూత తీసాడు.

"రేయ్ ఇందులో తినేటివి ఏవో ఉన్నాయి" అని మెల్లగా కడ్డీని పొడిచి ఓదాన్ని బయటకు తీసాడు. కడ్డి పైకి తీయగానే దానికి గుచ్చుకున్న చిన్న బాక్స్ ను నేను తీసుకొని తెరచి చూసాను.

"బావ, ఇది కేక్ లా ఉంది. దీన్ని మనం తింటాం అని అత్త జాగ్రత్త గా ఎత్తి పెట్టింది. ఇవి అత్త తన కొడుకులకు మాత్రమే పెడుతుంది. మొత్తం పైకి తీసేయి. ఒక్కటి కూడా ఉండకూడదు. ఈ దెబ్బతో అత్త మొహం మాడిపోవాలి" అని అన్నాను.

ఇంట్లో పూజ జోరుగా జరుగుతోంది. మిద్దె పైన కేకులు పైకి తీయడం ఇంకా జోరుగా జరుగుతోంది. చివరి కేక్ బాక్స్ తీసేటప్పుడు అది జారి కింద పడింది.టప్ మని శబ్దం వచ్చింది. అదే సమయానికి మా చిన్న పిన్ని నీళ్ళు తాగడానికి వంటింట్లోకి వచ్చి గవాసి పైకి చూసింది. మమ్మల్ని చూడగానే ఎవ్వరితో చెప్పొదని సైగ చేసాం. పిన్ని మెల్లగా మిద్దె పైకి వచ్చింది.

"ఏమి చేస్తున్నారిక్కడ" అని అంటూ గవాసి ద్వార లోనికి చూసింది. అటక పై ఉన్న అట్టపెట్టె ఖాళీగా కనపడింది.

"రేయ్! అట్టపెట్టెలో ఉన్నవన్ని తీసుకున్నారా ? ఎక్కడ పెట్టారు" అంటూ వెతకడానికి గవాసి పక్కకి వచ్చింది. అక్కడ బట్ట లో దాచిన కేకుల పెట్టెలు కనిపించినాయి. ఆమె ఒక పెట్టె మూత తెరచి అందులోని కేకు ను తిని, "నేను దీన్ని తిన్నట్లు ఎవరితో చెప్పకండి, నేను కూడ ఏమి చెప్పను. వదిన చూస్తే పెద్ద గొడవ చేస్తుంది. మీరని తెలిస్తే మీకు మూడినట్లే, దేవుడే కాపాడాలి" అంటూ ఆమె అక్కడినుండి మెల్లగా పోతు ఉంటే, బావ ఆమెతో "అత్తా! నువేమన్నా చెప్పావో, నువ్వే దొంగతనం చేయించావని చెప్పుతాను. కేకు నువ్వే తిన్నావు" అంటూ హెచ్చరించాడు.

బావ నేను కొన్ని కేకు పెట్టెలు తీసుకొని మిగతావి పక్క మిద్దె పై ఉన్న చాప లో చుట్టి పెట్టినాము. మెల్లగా మిద్ది దిగి పక్కనే ఉన్న ఎద్దులింట్లోకి పోయి ఆ కేకుల్ని తినేసినాం. బొంగరాన్ని తిప్పుకుంటూ పిల్లందరూ ఎద్దులింట్లోకి వచ్చి చింపేసిన ఆ కేకు పెట్టెల్ని చూసి ఎక్కడివి ఇవి, ఎవరు ఇచ్చారు అని అడిగినారు.

"ఏమో, మాకు తెలియదు, పట్నం నుండి వచ్చిన పిల్లోళ్ళు తెచ్చినారేమో!" అని బదులు చెప్పి తప్పించుకున్నాము.

మళ్ళీ మేము మిద్దె పైకి వెళ్లి ఆ కేక్ పెట్టెల్ని బట్టలో దాచుకొని ఎద్దుల ఇంట్లోకి వచ్చి, ఆ కేక్ పెట్టెల్ని గూట్లో పెట్టి బయట ఆడుకుంటున్న పిల్లల్ని పిలిచి ఇవి ఇక్కడ ఎవరు పెట్టినారు అని అంటూ కొన్ని కేకులు తీసుకొని తిన్నాం. వెంటనే మిగతా పిల్లలు ఒకరి మీద ఒకరు పడి వాటిని తీసుకున్నారు. నేను నాకు కొన్ని తీసుకొని, లక్ష్మికి కొన్ని తీసుకొని ఇచ్చాను. అంతే కేకుల పని ముగిసింది. సంతోషం పట్టలేక వెంటనే టపాకాయలు కాల్చడం మొదలు పెట్టినాం .

ఇంట్లో నోముల పూజ ముగిసింది. అత్త కేక్ పెట్టె ఖాళీ కావడం చూసింది. ఇంట్లో గొడవ మొదలయింది. పిల్లల్ని ఆమె తిడుతూ ఉంటే, ఆ పిల్లల తల్లులు మా వాళ్ళు అట్లాంటి పనులు చేయరని తమ పిల్లలను వెనుకేసుకొస్తున్నారు. పండుగ పూట ఇంత గొడవ దేనికి, తింటే పిల్లలే తిని ఉంటారు అని అమ్మమ్మ, తాతయ్య ఎంత చెప్పినా అత్త అలక మానలేదు. మా పెద్దత్తకు మాత్రం ఆమె కొడుకు అంటే, బావ పైన అనుమానం. మెల్లగా నన్ను పిలిచి కేకుల గురించి అడుగుతుంటే పక్కనున్న ఆమె కూతురు లక్ష్మి కిసుక్కున నవ్వింది. అత్త అనుమానం ఇంకా బలపడింది. నన్ను గద్దించి అడిగింది. నేను అత్త దగ్గర అంతా కక్కేసాను.

"ఎంత పనిచేసారు భడవా, మీ వకీలత్త చావుగొడుతుంది, పొండి" అని బయపెట్టింది.

నేను మెల్లిగా వకీల్ మామ దగ్గరకు పోయి "మామ పిల్లలంతా కలసి కేక్ లు తీసుకొని పోయి తిన్నారు. అత్త అందరిని తిడుతోంది" అని మెల్లగా అన్నాను.

మామ ఇంట్లోకి వచ్చాడు. ఇంట్లో పెద్ద యుద్ధమే జరుగుతోంది. "ఏందీ ఇది, పిల్లలు కేకు తింటే ఇంత గొడవ చెయ్యాల. మనం ఈ పండుగకు వచ్చిందే ఇంత మంది పిల్లల సంతోషాన్ని చూడడానికి" అని గట్టిగా అరిచినాడు.

"అదిగాదయ్య..." అని అత్త ఏదో చెప్పడాని ప్రయత్నిస్తే, "ఏది లేదు అంతా నోరు మూసుకోండి" అని మామ తిట్టగానే అత్త మొహం చిన్నబోయింది.

నాకు అత్త పై జాలి వేసింది. అత్త మిద్దె పైకి పోయి కన్నీళ్లు పెట్టుకుంటుంటే నేను ఆమె దగ్గరకు పోయి కన్నీళ్లు తుడిచాను. "చూదురా, మీ మామ ఏ తప్పు లేక పాయినా నన్నే తిడుతున్నాడు" అని బాధపడింది.

"అత్తా దీనికంతా నేను, బావే కారణం. నీకు కోపం ఉంటే నన్ను కొట్టు" అని నిలబడినాను.

"ఓరి భడవల్లార, ఇదంతా మీ ఇద్దరి పనేనా? నేను అనవసరంగా అందర్నీ తిట్టాను. ముందే చెప్పొచ్చు కదా. అయినా అవి మీ కోసం తెచ్చినవే కదా" అని నవ్వింది.

అంతే ఒక్కసారిగా ఇంట్లో గొడవ ఆగి పోయింది. ఇంటి బయట టపాకాయల మోత మొదలైంది. ఇంటిల్లి పాది చేతులకి కట్టుకున్న నోము దారాలతో ఇంటి బయటికి వచ్చి భూచక్రాలు, విష్ణుచక్రాలు, టపాకాయలు కాలుస్తూ ఆనందంగా పండుగ జరుపుకున్నారు.

మామ నన్ను చూసి, "రేయ్! రాకెట్ మీద కూర్చొ గవాసి దగ్గర దింపుతుంది" అని అనడంతో అందరూ ఒక్కసారిగా పగలబడి నవ్వారు.

మనసైన పండుగ

ఉప్పులూరి మధుపత్ర శైలజ
హైదరాబాద్
Ph: 70320 94260

"తాతయ్యా! ఏం చేస్తున్నావు?"అంటూ స్కూలునుండి వచ్చిన సంతోష్ పరంధామయ్యగారి గదిలోకి వచ్చి గోముగా పలకరించాడు.

"కన్నా! వచ్చావా! చాలాసేపటినుండి ఏమీతోచక చదివిన పేపరునే మళ్ళీ మళ్ళీ చదువుతున్నానురా. గబగబా పాలుతాగి తయారవ్వరా. మనం కాస్సేపు వాకింగ్‌కి వెళ్ళొచ్చేద్దాం. ఆ తరువాత నువ్వు నీ హోంవర్క్‌లు, చదువులలో పడిపోతావు"అంటూ మనవడిని తొందరపెట్టారు.

ఎనిమిదోతరగతి చదువుతున్న సంతోష్ "సరే తాతా! ఇప్పుడే వస్తాను"అంటూ లోపలికెళ్ళి వాకింగ్‌షూ వేసుకువచ్చి తాత చెయ్యిపట్టుకుని వాచ్‌మెన్‌కి చెప్పి పార్క్‌కి బయలుదేరాడు.

ఇద్దరూ పార్క్‌లో కాసేపు వాకింగ్ చేసి ఖాళీగా ఉన్న బెంచిమీద కూర్చున్నారు. "ఏరా! సంతోష్! ఈసారి సంక్రాంతి పండుగకు మీ స్కూలుకి సెలవలు ఎన్నిరోజులిస్తున్నారురా?"అని అడిగారు పరంధామయ్యగారు.

"తాతా! మాకు ఈసారి పండుగకు రేపటి నుండి 10 రోజులు సెలవలు ఇస్తున్నారు. ప్రతిసారిలాగే మనం ఈ సెలవల్లో కూడా ఎక్కడికి వెళ్ళటంలేదు. అదే

మా రాకేష్, సందీప్‌లయితే వాళ్ళ సొంత ఊర్లకి వెడుతున్నారు. అక్కడ హాయిగా కోడిపందాలకెళ్ళటం, గంగిరెద్దుల ఆటలను చూస్తూ, హరిదాసుల పాటలు వింటూ ఆనందిస్తామని వాళ్ళు చెప్పారు.

నన్ను మాత్రం అమ్మానాన్నలు ఎక్కడికీ తీసుకెళ్ళరు. ఎప్పుడు చూసినా 'చదువు చదువు' అంటూ నన్నో పుస్తకాల పురుగుగా మార్చేస్తున్నారు. బడికి సెలవలంటే చాలు ఏదో 'ఒక కోచింగ్' అంటూ అమ్మ గొడవ చేసి చేర్పించేస్తుంది"అంటున్న సంతోష్ ముఖంలో విసుగు, చిరాకుని గమనించారు పరంధామయ్యగారు.

"ఒరేయ్ సంతోష్! నేను కూడా ప్రతి సంవత్సరం మన ఊరు 'ఇందుపల్లి'కి వెడదామని, అక్కడ సంక్రాంతి పండుగను చాలా బాగా జరుపుతారని, ఆ వేడుకలను చూస్తే నువ్వు ఎంతో సంతోషపడతావని, ఆ ఆనందంతో రాబోయే సంవత్సరమంతా నీకు ఎంతో మానసికోల్లాసం లభిస్తుందని మీ అమ్మానాన్నలకు చెపుతూనే ఉన్నాను.

అంతేకాదు ఈ 70ల వయస్సులో నాకు కూడా కాస్త మానసిక ప్రశాంతత కావాలంటే మన ఊరికెళ్ళి నా స్నేహితులతో కొంతకాలం గడిపితే ఎక్కువగా ఉపయోగమని డాక్టర్‌గారిచేత కూడా చెప్పించాను.

మన గ్రామీణ ప్రాంతాలు ప్రశాంతతకు నిలయాలు. అక్కడి ప్రజల ఆపేక్షలు, ప్రేమలు ప్రతి వ్యక్తి అనుభవించాలే గానీ మాటలలో చెప్పలేం. పట్టణాలలో ఉండే నీలాంటి పిల్లలలకు ఆ వాతావరణం ఎంతగానో నచ్చుతుంది. నేర్చుకోవాలనే తృష్ణ ఉండాలేగానీ, మన గ్రామీణ జీవితం 'బ్రతుకు పాఠాలకు' సోదాహరణంగా నిలబడుతుంది. అందుకే మీ అమ్మానాన్నలకు ఎంతగానో నచ్చ చెపుతున్నానుగానీ, వాళ్ళు వినటం లేదురా"అన్నారు పరంధామయ్యగారు నిరుత్సాహంగా.

"తాతయ్యా! రాత్రికి భోజనాల దగ్గర నేను సంక్రాంతి పండుగ సెలవల గురించి అమ్మానాన్నలకి గుర్తుచేస్తాను. అప్పుడు నువ్వు నా పక్షాన మాట్లాడాలి.

సరేనా!"అన్నాడు సంతోష్.

"అలాగే కానీరా! అయినా వాళ్ళు పెందరాళే రావాలి. మనందరం కలసి భోజనం చేయాలి. అప్పటి సంగతి కదా. చూద్దాంలేరా. పద నీకు చదువుకునే సమయమవుతోంది"అంటూ సంతోష్ చెయ్యి పట్టుకుని నడుస్తూ ఇంటి ముఖం పట్టారు పరంధామయ్యగారు.

రాత్రి సమయం ఎనిమిది గంటలవుతోంది. ఏ కళనున్నారో గానీ తండ్రి,కొడుకులతో కలిసి భోజనం చేస్తున్నారు నరేష్ దంపతులు. "ఏరా నరేష్! మీటింగ్స్ లేవా ఏమిటి?. త్వరగా వచ్చేసావు"అనడిగారు పరంధామయ్యగారు.

"నాన్నా! ఈ రోజు మీ అందరికి ఓ శుభవార్త చెప్పాలని త్వరగా ఇంటికి వచ్చాను"అన్నాడు నరేష్.

"ఏమిటో ఆ శుభవార్త! త్వరగా చెప్పండి"అని ఆతృతతో అడిగింది కోమలి.

"నాన్నా! మన కంపెనీ షేర్ విలువలు బాగా పెరిగాయి. మనం ఉత్పత్తి చేసే వస్తువుల నాణ్యత పెరిగి మన టర్నోవర్ అధికమై, ఈ సంవత్సరం ఇప్పటివరకు మార్కెట్లో మనమే టాప్‌లో ఉన్నాం. అందుకే లాభాలు కూడా బాగా వచ్చాయి. మరందుకే నాన్నగారు, మీకేం కావాలో అడగండి. ఒరేయ్ సంతోష్! నీకేం కావాలిరా"అంటూ తన సంతోషాన్ని కుటుంబ సభ్యులతో పంచుకుంటున్నాడు నరేష్.

తాతామనవళ్ళు "మనం ఈసారి సంక్రాంతి పండుగకు మన ఊరు వెళ్ళాలి"అని ఏకకంఠంతో పలికారు. నరేష్, కోమలి ఒకరి మొఖాలనొకరు ఆశ్చర్యంగా చూసుకున్నారు. "ఇదేమిటి? ఏదో పెద్ద కోరిక అడుగుతారనుకుంటే, సొంత ఊరికి ప్రయాణం అంటారేమిటి?"అన్న సంశయంలో పడ్డారా దంపతులు.

"ఒరేయ్ నరేష్! ఇందాక మేమిద్దరం వాకింగ్‌కి వెళ్ళినప్పుడు సంతోష్ తన స్నేహితులంతా ఈ సంక్రాంతికి వాళ్ళ సొంత ఊర్లకి వెడుతున్నారని, వాళ్ళ ఊరిలో

ఉన్నన్ని రోజులు వాళ్ళకి ఎంతో సంతోషంగా, ఆనందంగా గడిచిపోతాయని చెప్పారట. పాపం మనవాడిని మీరెప్పుడు చూసినా పెద్దపెద్ద నగరాలకూ, హిల్‌స్టేషన్లకు తీసుకెడుతున్నారే గానీ మన పొలాలు, బంధాలు, ఆపేక్షలు, దూరపుబంధువులు ఉన్న, పెద్దలు నివసించిన మన ఊరికి మాత్రం తీసుకు వెళ్ళలేదు. వాడికేమో ఈ పండుగకు మన ఊరు వెళ్ళాలనే తపన ఎక్కువగా ఉంది. వీడి ఈ చిన్న కోరికను తీర్చాలనే ఆలోచనతో నేనూ ఉన్నాను. అందుకే నువ్వు మమ్మల్ని ఏదయినా కోరిక కోరుకోమంటే 'సొంత ఊరు వెడదాం' అని ఒకేసారి చెప్పాం"అని నరేష్ సంశయాన్ని పటాపంచలు చేసారు పరంధామయ్యగారు.

"నిజమే నాన్నగారూ! వీడు పుట్టిన దగ్గరనుండి మన ఊరు ఎప్పుడు వెడదామనుకున్నా ఏవో అడ్డంకులొస్తున్నాయి. ఈసారి తప్పనిసరిగా మనం 'ఇందుపల్లి' వెడదాం. పండుగ నాలుగు రోజులు మన చుట్టాలతోనూ, స్నేహితులతోనూ ఆనందంగా గడుపుదాం. మన కౌలురైతు నాగభూషణంగారికి మీరు ఫోను చేసి చెప్పండి. మనం అక్కడికి వెళ్ళేటప్పటికి ఆయన మన వసతికి అన్నీ ఏర్పాట్లు చేస్తారు"అన్నాడు నరేష్.

"తాతా! పదపద మనం పడుకుని మన ఊరి కబుర్లు చెప్పుకుందాం"అంటూ తాతగారి గదిలోకి తూనీగలా పరిగెత్తాడు సంతోష్. "పదరా..." అంటూ మనవడిని అందుకోవటానికి నడక వేగం పెంచారు పరంధామయ్యగారు.

"పాపం, నాన్న ఎప్పటినుండో మన ఊరు వెడదామని గొడవచేస్తున్నా నేను పట్టించుకోలేదు. ఇప్పుడు వెడదాం అనగానే ఆయనలో ఆనందం చూడు కోమలి. చిన్నాపిల్లాడై పోయారు"అన్నాడు నరేష్.

"ఔనండీ! ఇంత ఆనందంగా మామయ్యగారినెప్పుడు ఈ మధ్యకాలంలో చూడలేదు. సొంత ఊరు అనగానే ఆయనకు అంత మమకారమెందుకో?"అంటూ

నవ్వింది కోమలి.

"తాతా! నాన్నగారి చిన్నప్పుడు మీరు మన ఊరిలోనే ఉండేవారుకదా! సంక్రాంతివంటి సెలవు రోజులలో నాన్నగారు ఏమాటలు ఆడుకునేవారు? సంక్రాంతి ఆటలు కామెడీగా ఉండేవా?"అని అడిగాడు సంతోష్.

"మీ పట్నంవాళ్ళు ఆడే ఆటలకు మన గ్రామీణులు ఆడే ఆటలకు పోలికే ఉండదురా. మగపిల్లలు కోతికొమ్మచ్చి, కబడ్డి, కర్రాబిళ్ళ, కాలువలో ఈతకొట్టటం వంటి ఆటలతో మైమరచిపోతే, ఆడపిల్లలు ఇంటి ముందు రంగవల్లులు దిద్ది, తొక్కుడుబిళ్ళ, చెమ్మచెక్కలాడటం, ఒప్పులగుప్పలు తిరగటం, ఉయ్యాలజంపాలలూగుతూ క్షణం తీరికలేకుండా స్నేహితురాళ్ళతో కలసి తిరిగేవారు"అంటూ గతంలోకి జారుకున్నారు పరంధామయ్యగారు.

సంక్రాంతి పండుగ వచ్చిందంటే మన తెలుగునాట ప్రతి పల్లెటూరు బంతిచామంతుల పరిమళ వనాలవుతాయి. ఇంటి ముందు తీర్చిదిద్దిన రంగవల్లులు 'సంక్రాంతి లక్ష్మి'ని రారమ్మని పిలుస్తూ, ప్రతి గడపా అందంగా తీర్చిదిద్దిన గొబ్బెమ్మలతో కళకళలాడతాయి. అది పెద్ద బంగళా అయినా, పూరి గుడిసె అయినా సంక్రాంతి పండుగంటే ప్రతి ఇల్లూ బంధుమిత్రులతో సందడే సందడి.

నీకు నా మేనల్లుడు సూర్యం తెలుసు కదా. కుటుంబంతో కలసి విజయవాడలో కాపురం ఉండేవాడు. మన ఊరికి విజయవాడ చాలా దగ్గరగా ఉన్న పట్టణం. మన ఊరినుండే వాడు ఉద్యోగానికి వెళ్ళి రావచ్చును. కానీ ఊళ్ళో స్నేహితులతో చేరి పేకాటలాడుతూ చెడిపోతాడని మా బావగారు వాడికి విజయవాడలోనే ఓ ఇల్లు చూసి అక్కడే కాపురం పెట్టించారు. వాడికి విజయ్ అని ఓ కొడుకున్నాడు. వాడు నీలాగా బుద్ధిమంతుడు కాదు. వాళ్ళ నాన్నలాగే బాగా అల్లరి వెధవ.

సూర్యం బాబాయి అత్తగారి ఊరు హైదరాబాదే. వాడి భార్య సరళ ఒక్క సంక్రాంతి పండుగనైనా తన పుట్టింట్లో జరుపుకోవాలనేది. కానీ సూర్యం బాబాయి మాత్రం ససేమిరా కాదనేవాడు.

“సంక్రాంతి పండగంటే మా ఊరిలోనే బాగుంటుంది. చక్కగా స్నేహితులతో కలసి కోడిపందాలకు వెళ్ళటం, పొలంలోని గడ్డిమేట్ల వెచ్చదనంలో పేకాడటం ఎంత బాగుంటాయో”అంటూ ప్రతి సంక్రాంతికి మన ఊరికే వచ్చేవాడు.

వాడికి కోడిపందాలుంటే చాలు. తిండి, నిద్ర అక్కరలేదు. వాటిపై అంత పిచ్చి వ్యామోహం. “కోడిపందాలు ఆడాల్సిందే, లక్షలు గెలవాల్సిందే” అంటూ భీష్మ ప్రతిజ్ఞలు చేసేవాడు. దాని కోసం వాడు ఆరునెలలముందునుండి డబ్బుని జాగ్రత్తచేసుకునేవాడు. వారాంతపు సంతల్లో వెతికి మంచి కోడిపుంజుని కొని మన ఊళ్ళోని తన స్నేహితునికిచ్చి దానిని బలంగా పెంచమని అతనికి డబ్బులిచ్చేవాడు.

ఈలోగా కొడుకు విజయ్ దీపావళికి టపాసులన్నా కొనేది లేదు. సంక్రాంతి పండుగకి ఇక్కడ తన అమ్మానాన్నలు ఎలాగూ బట్టలు కొంటారని భార్యాపిల్లలకు బట్టలు కూడా కొనేవాడు కాదు. కనీసం ఓ సినిమాకైనా తీసుకెళ్ళేవాడు కాదు. విహారయాత్రలంటే అసలు వినేదేలేదు. “నా కోడిపుంజు పందెం గెలుస్తుంది. లక్షలు తెస్తుంది. ఆ డబ్బుతో మీకేం కావాలంటే అవి కొనుక్కోవచ్చు”అనేవాడు. విజయ్‌కి కోడిపందాలంటే ఓ ఈస్ట్‌మెన్ కలర్ సినిమాలాగా ఉంటుందని వర్ణించి చెప్పేవాడు.

తనకు జ్వరం వచ్చినా ఆఫీసుకు సెలవు పెట్టేవాడు కాదు. సెలవలన్నీ మన ఊరిలో సంక్రాంతి పండుగనాడు జరగబోయే ఈ కోడిపందాల కోసమని దాచుకునేవాడు. సంక్రాంతికి ఓ వారం ముందే ఊరిలోకి వచ్చేవాడు. తన స్నేహితుని దగ్గర పెరుగుతున్న తన కోడిపుంజుని తెచ్చుకుని రకరకాల గింజలు దానికి పెడుతూ దానిని ‘రాజా’ అని పిలుస్తూ, దానికి గెలుపు పాఠాలు నేర్పించేవాడు.

విజయ్‌ని పిలిచి 'రాజా'ని చూపించి "ఒరేయ్ విజయ్! నా రాజాని చూడరా. నువ్వు పెద్దయ్యాక ఉద్యోగంలో జేరి సంపాదించే డబ్బుని ఇది ఇప్పుడే నాకు సంపాదించి పెడుతుంది"అని ఆ కోడిపుంజుని పొగిడేవాడు. భార్యతో "ఈ 'రాజా' నా ప్రాణం, నా జీవం"అంటూ ఆ కోడిపుంజుపై కవిత్వం చెప్పేవాడు.

"తాతా! మరి సూర్యంబాబాయి ఒక్క సంక్రాంతికైనా లక్ష రూపాయిల పందెం గెలిచాడా?"అంటూ ఆత్రంగా అడిగాడు సంతోష్.

"పందెం గెలిస్తే ఇక చెప్పుకోవటానికి ఏముంటుందిరా? వచ్చేది వందలలో అయితే పోయేది వేలల్లో ఉండేది. ఆ సాయంత్రం సూర్యంబాబాయి వాళ్ళంతా మా ఇంటికొచ్చారు. సూర్యంబాబాయి వస్తూవస్తూ తన 'రాజా'ని వెంటబెట్టుకుని వచ్చాడు.

మీ సరళ పిన్ని నా దగ్గరకొచ్చి "ఏమిటో మా ఆయనకీ కోడిపందాల పిచ్చి. క్రిందటిసారి ఈ పందాలలో యాభైవేలు పోగొట్టుకున్నారు. ఈ సారి లక్ష రూపాయిలంటున్నారు మామయ్య. బంగారుగాజులు చేయించుకుంటానన్నా వినకుండా పండుగ ఎలవెన్స్‌లన్నీ ఈ కోడిపుంజుల ముఖాన తగలేస్తున్నారు. పిల్లాడున్నాడు. వాడు ఎదుగుతున్నాడు. రేపు వాడి చదువుల గురించి ఖర్చుపెట్టాలంటే నాలుగురాళ్ళు వెనకేసుకోకపోతే వాడి గతి ఏమిటి? మీరైనా ఆయనకి కాస్త బుద్ధి చెప్పండి. ఈ కోడిపందాల వ్యసనంతో డబ్బులు పోగొట్టుకోకుండా మీరే ఏదైనా మార్గం చూడండి"అంటూ నా దగ్గర బాధపడింది.

"తల్లీ! ఓ గట్టి దెబ్బ తగిలితే వాడే మానేస్తాడులే"అని అప్పటికి సర్దిచెప్పాను.

"తాతా! కోడిపందాలు ఎప్పుడు జరుగుతాయి? భోగిరోజునా?"అనడిగాడు సంతోష్.

"కాదురా సంక్రాంతి రోజున జరుగుతాయి. ఇక విజయ్ అల్లరి సంగతులు విను మరి. ఆ భోగిరోజున ఏమయ్యిందనుకున్నావు? మన ఊరి పెద్ద చెఱువు సెంటర్‌లో పెద్దపెద్ద తాటి దూలాలు, ఎండిన, విరిగిన చెట్ల కొమ్మలు, పాడైపోయిన చెక్కలు, బల్లలు అన్నీ తెచ్చి భోగిమంటలు వేసారు.

మన విజయ్ ఏం చేశాడో తెలుసా? ఊళ్ళో తన ఈడుపిల్లలతో కలసి వాళ్ళ కౌలురైతు ఇంటి నిర్మాణానికని చేయించుకున్న గుమ్మాలు, కిటికీలు, తలుపులు ఓ గదిలో భద్రంగా దాచుకుంటే, ఆ గది తలుపులు విరగ్గొట్టి వాటినన్నింటినీ భోగిమంటల్లో వేసేసాడు".

విజయ్ గది తలుపులు పగులకొడుతూంటే అతని స్నేహితులు "ఒరేయ్ విజయ్ ఇది తప్పు పనికదరా? మన పెద్ద వాళ్ళకు తెలిస్తే మనల్ని చావకొడతారురా"అన్నారు.

"మనం చేసే పని మూడోకంటి వాడికి కూడా తెలియదు. ఎవరైనా చూసి చెప్పినా యజమాని మనవణ్ణి నన్నేంచేస్తారు?"అంటూ బీరాలు పలికాడు విజయ్.

"పాపం అది ఎంత చెడ్డపనో కదా తాతా! వాళ్ళు పేదవాళ్ళు కూడా. వాళ్ళకి ఎంత నష్టమో?"అన్నాడు సంతోష్.

"కొంతలో కొంత పెద్దపెద్ద తలుపులు లోపలిగదిలో దాచినట్లున్నారు. వీళ్ళకంటపడలేదు. సూర్యంబాబాయి నాన్నగారికి ఈ విషయంతెలిసి తన కౌలురైతుకి ఆ చెక్కల ఖరీదు కట్టి, డబ్బిచ్చి పంపించాడు"అన్నారు పరంధామయ్యగారు.

"పోనిలే తాతా! ఆ డబ్బుతో మరలా కొత్తవి చేయించుకొని ఉంటారు"అన్నాడు సంతోష్.

అలా సూర్యంబాబాయి, వాడి కొడుకు విజయ్‌ల వేషాలు అంతాఇంతా కావురా. నువ్వు కామెడి అన్నావుగా. నీకో మంచి సరదాగా ఉండే సంఘటన గురించి

చెపుతాను. అది విన్నావంటే నువ్వు ఆపకుండా నవ్వుతూనే ఉంటావు. నీకు హరిదాసులు తెలుసుకదా. ప్రతి సంక్రాంతికి గ్రామాలలో ఇల్లిల్లూ తిరుగుతూ పాటలు, పదాలు పాడుతూ ప్రజలకు కనులవిందు చేస్తూంటారు. ఓ సంక్రాంతికి మనింటికి ఓ హరిదాసు వచ్చాడు. మీ నానమ్మ ఆ హరిదాసుకి బియ్యం, పంచె, డబ్బు ఇచ్చింది.

"హరిలో రంగ హరీ! కృష్ణార్పణం"అంటూ వాటిని తీసుకున్నాడా హరిదాసు. "ఆ మహాలక్ష్మి మీ ఇంట్లో కొలువై ఉండి సిరులు కురిపించాలి. మీ కుటుంబాన్ని చల్లగా చూడాలి"అంటూ దీవించాడు.

ఆ హరిదాసు వెనుక నిలబడిన ఓ బుల్లి హరిదాసుని చూసిన మీ నాయనమ్మ "ఈ బుడతడు మీ మనవడా?"అని అడిగింది. ఆ హరిదాసుకి ఏమనాలో తోచక నవ్వుతూ "పద నాయనా"అన్నాడు.

"ఊహూ! నేను రాను. నాకు ఈ మామ్మగారు డబ్బులివ్వందే నేను రానంటే రాను"అంటూ అలిగాడా బుల్లి హరిదాసు. "వాడి బుంగమూతిని చూసి వెంటనే వాడిని గుర్తుపట్టేసింది మీ నానమ్మ" అంటూ కాసేపు అగారు పరంధామయ్యగారు.

"ఎవరతను?" అంటూ ఉత్సుకతతో అడిగాడు సంతోష్.

"ఇంకెవరనుకున్నావు? వాడు మీ సూర్యంబాబాయి కొడుకు విజయే. చిన్న హరిదాసులా వేషం వేసుకొచ్చాడు.

"ఓరి భడవా! ఏంట్రా ఈ వేషం? ఇంటావంటాలేనివన్నీ నేర్చుకుంటున్నావు. ఇలా అందరి ఇళ్ళకి వెళ్ళి డబ్బులడుక్కోవటానికి నీకేం తక్కువయ్యిందిరా? మీ తాత, నాన్న ఎవర్ని అడిగినా డబ్బులు ఇస్తారు కదరా?"అంటూ మీ నానమ్మ కేకలేసింది.

వాడు ఏడుపు లంకించుకుని నా దగ్గరకు వచ్చి "తాతా! చూడు నానమ్మ నన్ను తిడుతోంది"అంటూ నా చంకనెక్కాడు.

"వెధవా! మరి ఏంట్రా ఈ అల్లరి పనులు? నిన్న భోగిమంటల్లో వాళ్ళ సామానంతా పడేసావు. మీ తాత వాళ్ళకి డబ్బులిచ్చి ఏదో సర్దుబాటు చేసి ఆ గొడవను అక్కడితో ఆపాడు. ఈ రోజీ వేషమేమిటిరా?"అని కాస్త నెమ్మదిగా అడిగాను.

"మా నాన్న కోడి పందాలాడి లక్షలు సంపాదిస్తానంటున్నాడు. అందుకు బోలెడన్ని డబ్బులు ఖర్చు పెడుతున్నాడు. నేను ఇలా ఈ హరిదాసు తాత వెనకాలే తిరిగితే సినిమాకి
సరిపడా డబ్బయినా వస్తుందిగా"అంటూ నసుగుతూ చెప్పాడు విజయ్.

"హోరి పిడుగా! తండ్రిని మించిన కొడుకులా తయారవుతున్నావురా! జాగ్రత్త. ఇంటికిపో. ఇలాంటి పిచ్చిపిచ్చి వేషాలు వేసి ఊళ్ళో మన ఇంటి పరువు తీయకురా"అంటూ కేకలేసేటప్పటికి చంకనుండి జారి పక్కసందులోకి పారిపోయాడు వెధవ. కానీ వాణ్ణి తలచుకుని మేం నవ్వుకోని రోజులేదు.

"నిజమా తాతా! మన విజయన్నయ్యేనా అలా చేసింది. డబ్బులకోసం ఇల్లిల్లూ తిరుగుతూ 'హరిలోరంగ హరి...' అంటూ ఆ దృశ్యాన్ని ఊహించుకుని గలగలా నవ్వసాగాడు సంతోష్.

"ఇంకా మిగిలిన విషయాలను రేపు మనం కారులో ఊరు వెళ్ళేటప్పుడు చెపుతాను. ఇక పడుకో చాలా పొద్దుపోయింది. పొద్దున్నే లేచి మనం ఊరెళ్ళటానికి తయారవ్వాలి కదా"అన్నారు పరంధామయ్యగారు.

"ఇదిగో తాతా! అసలైన కోడిపందేల గురించి నువ్వు చెప్పనేలేదు. రేపు తప్పకుండా చెప్పాలి"అన్నాడు సంతోష్.

"సరే నాన్నా! అనాటి మధుర జ్ఞాపకాలను తలచుకొంటూ, నీకు చెపుతూంటే నాకు కూడా ఎంతో ఉత్సాహం వస్తోందిరా. గుడ్‌నైట్! ఇక పడుకో"అంటూ పక్కపై నడుం వాల్చారు పరంధామయ్యగారు. ఆయనకు సూర్యం పదేపదే గుర్తుకొస్తున్నాడు.

ఉదయాన్నే కారులో అంతా 'ఇందుపల్లి'కి బయలుదేరారు. అందరి మనసుల్లోనూ సంతోషం నిండి కబుర్లు నల్లని తారురోడ్డుపై బిరబిర పరుగులిడే కారు చక్రాలతో పోటీ పడి ప్రవాహంలా సాగుతున్నాయి.

"తాతా! సూర్యంబాబాయి కోడిపందాల గురించి ఇప్పుడు చెప్పండి"అంటూ ఉత్సాహం నిండిన గొంతుతో అడిగాడు సంతోష్.

"నువ్వు ఇంకా రాత్రి చెప్పిన కోడిపందాల గురించి మర్చిపోలేదా?"అంటున్న తండ్రి మాటలకు అడ్డువస్తూ "నన్ను చెప్పమంటావా సంతోష్ మీ సూర్యంబాబాయి కోడిపందాల కబుర్లు?"అన్నాడు నరేష్.

"అయితే మీకూ ఆ పాత విషయాలు గుర్తున్నాయా నాన్నగారు? చెప్పండి"అన్నాడు సంతోష్.

"ఏవైనా పచ్చని తోటలలో గుండ్రటి బరిగీసి, కాళ్ళకి కత్తులు కట్టిన కోడిపుంజులను అందులో వదులుతారు. ఆజన్మ శత్రుత్వమేదో ఉన్నట్లుగా ఆ పుంజులు ఎగిరెగిరి దూకుతూ, తన్నుకుంటూ, దెబ్బలాడుకుంటాయి. బరి బయట చుట్టు నిలబడిన జనాలు ఈలలు వేస్తూ గోలగోల చేస్తూంటారు. ఏ కోడి గెలుస్తుందో ముందుగా ఊహించి ఆ కోడిపై డబ్బులు పందాలు కాస్తారు. క్షణాల్లో మారిపోయే తలరాతలు, చేతులు మారే డబ్బు, ఇవీ కోడిపందాల ముచ్చట్లు"అని చెప్పుకొచ్చాడు నరేష్.

"అమ్మో! కోళ్ళు కాళ్ళకి కత్తులు కట్టుకుని కొట్టుకుంటాయా? నాన్న ఏదో చెపుతున్నారు. నువ్వయితే కథలా చెపుతావు. మిగిలిన విషయాలు నువ్వు చెప్పు తాతా"భయంగా అన్నాడు సంతోష్.

"సూర్యంబాబాయి ఆ పండుగనాడు తన 'రాజా'ని తీసుకుని బరిలోకి దిగాడు. పందెం దాదాపు లక్ష రూపాయిలకి చేరింది. సూర్యంబాబాయి రాజా గెలుపుతో

ఉత్సాహంగా ఉన్నాడు. పందెం ఓడిపోయినవాళ్ళ బంధువులెవరో పోలీసులకి ఉప్పందించారు కాబోలు, సరిగ్గా డబ్బులు బాబాయి చేతికి వచ్చే సమయానికి అతని చేతులకి సంకెళ్ళు పడ్డాయి. పోలీసులకిది మామూలే. ఇరువర్గాలనుండి వాళ్ళు మామూళ్ళు కొట్టేస్తారు. దసరా మామూళ్ళలాగానే ఈ సంక్రాంతి పండుగకి కూడా ఇటు కోడిపందెలనుండి, అటు పేకాటరాయళ్ళనుండి వాళ్ళకి మామూళ్ళు వస్తాయి. అందుకే ఈ పండుగ రోజుల్లో పోలీసులు మహా ఉత్సాహంగా ఉంటారు"అన్నారు పరంధామయ్యగారు.

"అమ్మో! అయితే రావలసిన లక్ష పోగొట్టుకోవటమే కాక జైలుకి కూడా వెళ్ళాడా బాబాయి?"అని అడిగాడు సంతోష్.

"సొంతం విను మరి. సూర్యంబాబాయిని విడిపించటానికి పోలీసులకి 25వేలు సమర్పించుకోవాల్సి వచ్చింది మీ సరళ పిన్ని"అన్నారు పరంధామయ్యగారు.

"సరళా! ఏమిటిది? ఇలా జరిగింది? ఎంత మోసం? నాకు రాకరాక డబ్బులొచ్చే సమయానికి పోలీసులొచ్చారు. నా 'రాజా'ని గెలిపించుకోవటానికి తిండినిద్రలను త్యాగం చేయటమేకాదు ఎంత ఖర్చు పెట్టాను?"ఉక్రోషంతో, బాధతో అన్నాడు సూర్యం.

"ఇప్పటికైనా తెలుసుకోండి. ఈ కోడిపందాలు ఒక జూదం వంటివే. వీటి జోలికి పోకూడదండి. పైగా సప్తవ్యసనాలలో చేర్చవలసినవే అయినా ఎందుకో పెద్దలు వాటిని వదిలేసారు."అంటూ అనునయించింది సరళ.

సూర్యంబాబాయి నాన్నగారు "ఇప్పటికైనా ఈ కోడిపందాల వ్యసనం నుండి బయటపడరా? చూడు ఏమయ్యిందో? నీ కొడుకు కూడా నీలాగే తయారవుతున్నాడు గమనించావా? వాడూ? వాడి వేషాలు? హరిదాసులాగా ఇల్లిల్లూ తిరుగుతూ మన పరువు బజారుకీడుస్తున్నాడు"అన్నాడు.

"ఔను నాన్నా! ఇక ఎన్నటికీ ఈ కోడిపందాల జోలికి పోను. సంవత్సరానికి ఒక్కసారి కలసుకునే మనం ఈ పెద్దపండుగని ఇకనుండి హాయిగా జరుపుకుందాం"అన్నాడు సూర్యం.

"తాతా! మనం ఇందుపల్లి వెళ్ళే సమయానికి సూర్యంబాబాయి, విజయన్నయ్యా కూడా వస్తారా? బాబాయిని కోడిపందాల ఆట పట్టిస్తాను"అన్నాడు సంతోష్.

"మరి మన ఊరి సంక్రాంతి ముచ్చట్లు బాగున్నాయా?" అనడిగారు పరంధామయ్యగారు.

"ఎప్పుడెప్పుడు మన ఊరికెళ్ళి ఆ 'సంక్రాంతి' సంబరాలలో పాల్గొందామా? అని మనసెదురు చూస్తోంది తాతా!"అన్నాడు సంతోష్.

"ఈనాటి సంక్రాంతి అసలైన పండుగ సిసలైన పండగ..." ఘంటసాలగారి గాత్రం కారు స్పీకర్ల నుండి మంద్రంగా వినిపిస్తోంది.

భానుమతి గారి మనవడు

కొత్తపల్లి రవి కుమార్
రాజమండ్రి
Ph: 94918 04844

రాజమండ్రి ఎయిర్ పోర్టు లో దిగి క్యాబ్ బుక్ చేసాడు అరవింద్. రాజమండ్రి పరిసర ప్రాంతాలు దాటుకుని కోనసీమ ముఖద్వారం గుండా కోనసీమ లోనికి పరుగెడుతోంది క్యాబ్. అప్పుడే భానుడు నిద్ర లేచి ఒక్కొక్కసారి కొబ్బరాకుల మధ్యలోంచి కనబడుతూ, మరొక్కసారి దాక్కుంటూ దోబూచులాడుతున్నాడు. చిక్కని శీతాకాలం కావడంతో, ఆ భానుని సన్నని లేత కిరణాలు మంచు తెరల మీద పడి ఈస్ట్ మన్ కలర్ లో కళ్ళకు కనువిందు చేస్తున్నాయి. రోడ్డును అనుసరిస్తున్న పచ్చికబయళ్ళ మీద నాట్యమాడుతున్నాయి మంచు బిందువులు. ఒక్కసారిగా ఆ సూరిబాబు కిరణాలు సోకగానే, మంచు బిందువులు ముత్యాల్లా మెరిసిపోతున్నాయి. ఇవేమీ తెలియనట్టు మమ్మల్ని తడిపాయన్న కోపంతో నిద్రపోతున్నాయి పచ్చికబయళ్ళు.

కొంచెం ఎండెక్కినా మంచు మాత్రం ఆ సూర్యునికి భయపడకుండా రోడ్డుపై ప్రయాణించేవారికి ముందు రోడ్డు కనపడకుండా తన దట్టమైన తెరలను అడ్డుపెట్టి ఇబ్బంది పెడుతోంది. రోడ్డుకు ఒక వైపున ఉన్న పంట పొలాలు పచ్చని వస్త్రాన్ని విడిచి గోధుమ రంగు బట్టలు కట్టుకున్నట్టున్నాయి. ఆ పంటలను చూస్తుంటే ఈ సారి కర్షకుల కష్టాలకు సరైన కితాబు ఇచ్చినట్టున్నాయి. ఎక్కడ చూసినా వరి కంకులతో

వంగడాలు బాగా వంగిపోయి ఉన్నాయి. ఇక కోతకు సిద్ధం అన్నట్టుగా అందరి వైపు చూసి నవ్వుతున్నాయి. కొన్నిచోట్ల ఇప్పటికే కోత కోసి కుప్పలుగా పేర్చారు. మరికొన్ని చోట్ల కుప్పనూర్పి ఆ ధాన్యాన్ని బస్తాలలో కూరి ఎద్దు బండుల కెక్కిస్తున్నారు. ప్రతీ అనుభూతిని ఆనందంగా ఆస్వాదిస్తున్నాడు అరవింద్. ఇన్నాళ్ళూ ఏదో పోగొట్టుకున్నానన్న వెలితి మనసులో కనపడుతోంది. భానుడు తన ప్రతాపాన్ని పెంచడంతో కొంచెం కొంచెం మంచు తెరలు తొలగడంతో కారు వేగం పెంచాడు. అంతే వేగంగా తన మనసు కూడా పరిగెడుతోంది, చాలా కాలం తర్వాత అమ్మమ్మ గారింటికి వెళ్తున్నానన్న ఆనందంలో.

పొలాలు, ఊరు పొలిమేరలు దాటుకుని ఊళ్ళోకి వెళ్తోంది కారు. పల్లెటూరు కావడంతో అరుగుల మీద కూర్చున్నవాళ్ళు, రోడ్డుపై నడిచేవాళ్ళు అందరూ ఈ కారు ఎవరింటికి వెళ్తోందా అని చూస్తున్నారు. ఆ పల్లెటూరి ముఖాల అమాయకత్వం, నిరాడంబరం, కలుపుగోలుతనం అన్నీ కారు అద్దాల్లోంచి పరిశీలిస్తున్నాడు అరవింద్. సడన్ గా కారు ఆపి ఎవర్నో, "భానుమతి గారి ఇల్లెక్కడ?"అని అడిగాడు డ్రైవర్. అతను చెప్పిన డైరక్షన్ లో కారుని ఒక ఇంటికి చేర్చాడు డ్రైవర్.

పెద్ద గేటుని తోసుకుంటూ లోపలికి వెళ్ళింది కారు. కారు దిగి చాలా ఆశ్చర్యంగా నోరు తెరచి ఆ ఇంటిని చూస్తున్నాడు అరవింద్. మూడు, నాలుగెకరాలలో పెద్ద మండువా ఇల్లు అది. ఆ ఊళ్ళోకే చాలా గొప్ప, పద్ధతైన ఇల్లులా ఉంది. ముందు పెద్ద దొడ్డి, వెనుక పెద్ద దొడ్డి, మధ్యలో ఇల్లు. ముందు దొడ్డిలో ఒక మూలన గోశాల ఉంది. అందులో ఒక పాతికకు పైగా ఆవులున్నాయి. ఒక వైపు మేలు జాతి ఎద్దులు కట్టబడి ఉన్నాయి. వాటికి దగ్గరలో ఎద్దుల బండి, ట్రాక్టర్ ఉన్నాయి. ఇవన్నీ చూస్తుంటే అరవింద్ కి, చిన్నప్పుడు ఎప్పుడో చూసినట్టు లీలగా కనబడుతున్నాయి గానీ స్పష్టంగా గుర్తుకు రావట్లేదు.

అన్నింటినీ కళ్ళప్పగించి చూస్తూ ఈ లోకాన్ని మర్చిపోయాడు అరవింద్. "ఎవరు కావాలి బాబూ?"అన్న ప్రశ్నతో ఈ లోకంలోకి వచ్చి చూసాడు. ఎదురుగా ఒక పాలేరు ఉన్నాడు. "ఎవరు కావాలంటే అట్టా సూత్తారేంటి బాబూ? అసలు మీకు ఎవరు కావాలా?"అని అడిగాడు ఆ పాలేరు.

"నేను భానుమతి గారి మనవడిని. లండన్ నుండి వచ్చాను"అని చెప్పాడు అరవింద్.

"మీరా బాబుగారూ! మా అమ్మాయిగారి అబ్బాయి గారు. ఎప్పుడో మీరు సిన్నప్పుడు ఉండగా చూసాం. ఇప్పుడు మనిషంత ఎదిగారు గదా, గుర్తు పట్టలేకపోయినాను. నన్ను చమించండి. రండి బాబుగారూ!"అని అరవింద్ తో అంటూ "అమ్మా! ఓ పాలి ఇటొచ్చి ఎవరొచ్చారో సూడండమ్మా? మీ మనవడు వచ్చాడమ్మా!"అని ఒక గావుకేక వేసాడు పాలేరు.

ఆ అరుపుకి ఇంట్లో వాళ్ళందరూ ఒక్క ఉదుటున బయటికొచ్చారు. భానుమతిగారు మనవడిని చూసి పొంగిపోయింది. "హారతి పళ్ళెం పట్టుకురావే ప్రభా!"అని కోడలికి ఆర్డర్ వేసింది భానుమతి.

హారతితో దిష్టి తీసిన తర్వాత అరవింద్ ని అందరూ లోపలికి ఆహ్వానించారు. హాలులో ఉన్న ఉయ్యాల బల్ల మీద కూర్చోబెట్టారు. అందరూ అరవింద్ చుట్టూ మూగిపోయారు.

"ఏరా? ఈ అమ్మమ్మ ఇన్నాళ్ళకి గుర్తొచ్చిందా? ఇన్నాళ్ళల్లో ఎప్పుడూ చూడాలనిపించలేదా?"అని కళ్ళనీళ్ళు పెట్టుకుంది భానుమతి.

"అదేం లేదు అమ్మమ్మా! ఏదో కొంచెం ఎడ్యుకేషన్ లో పడి అమ్మా, నాన్న వచ్చినా నేను వచ్చేవాడిని కాదు. ఇప్పుడొచ్చాను గా. చాలా రోజులు ఉంటాను"అని చెప్పి అమ్మమ్మ కన్నీళ్ళు తుడిచాడు అరవింద్.

"సర్లేగానీ! అమ్మా, నాన్న రాలేదే?"అని అడిగింది భానుమతి.

"వాళ్ళు పెళ్ళి టైమ్ కి వస్తానన్నారు. నేను ముందుగా సంక్రాంతికి వెళ్తానని చెప్పి వచ్చాను అమ్మమ్మా!"అని చెప్పాడు అరవింద్.

ఆ తర్వాత అందరినీ పేరు పేరునా పరిచయం చేస్తోంది భానుమతి. "ఈయన మీ మేనమామ దశరథరామయ్య, ఈ ఊరి సర్పంచ్. ఆవిడ మీ అత్త సత్యప్రభ, వీడు నీ బామ్మర్ది అవినాష్, ఇది నీ మరదలు శశికళ"అని అందరినీ పరిచయం చేస్తోంది.

ఒక్కసారి శశికళను చూడగానే ముఖం పక్కకు తిప్పలేకపోయాడు అరవింద్. నిజంగా బాగా చెక్కిన బాపూ బొమ్మ తన కళ్ళెదుట నుంచుందా అని అనుకున్నాడు. లండన్ లో ఎంతోమంది అందగత్తెలను చూసాడు. ఎంతోమంది తన వెంట పడ్డారు కూడా. కానీ ఇలాంటి అపురూప సుందరిని చూడలేదు.

పరిచయాలయ్యి తనకిచ్చిన రూమ్ లోనికి వెళ్ళి రిలాక్స్ అయ్యాడు అరవింద్. ఏ పని చేసినా శశి రూపమే అరవింద్ కళ్ళల్లో కదులుతోంది. శశి అందమే అరవింద్ మనసులో ముద్ర పడిపోయింది. ప్రతీ నిమిషం, ప్రతీ సెకనూ శశి గురించే ఆలోచిస్తున్నాడు. కానీ అది తప్పు అని తన అంతరాత్మ చెప్పుతోంది.

"నువ్వు ఈ ఊరు ఎందుకు వచ్చావు? ఏ పని మీద వచ్చావు? శశికి కొద్దిరోజుల్లో పెళ్ళని మర్చిపోయావా? మరీ కామాంధుడిలా ఆలోచిస్తున్నావా?"అని తన అంతరాత్మ తనని హెచ్చరించినట్టయ్యింది అరవింద్ కి.

"అవును. నేను వచ్చింది కేవలం తన మరదలి పెళ్ళి చూడడానికి. మరెందుకు ఇలా ఆలోచిస్తున్నాను. తప్పు. ఇక ఆ దృష్టితో చూడను"అని తనకు తాను సమాధానపడ్డాడు. ఇక శశికళ మాట మర్చిపోయి అందరితో కలివిడిగా కలిసిపోయాడు.

***

మంచి గాఢ నిద్రలో ఉండగా ఎవరో తనని గట్టిగా తట్టి లేపుతున్నారనిపించింది. అతి కష్టంగా కళ్ళు తెరచి చూసాడు. ఎదురుగా అమ్మమ్మ. తనని నిద్రలేవమని లేపుతోంది. పక్కనే ఉన్న మొబైల్ ఆన్ చేసి చూసాడు. ఉదయం మూడున్నరయ్యింది.

"ఏంటి అమ్మమ్మా? ఇంత పొద్దున్నే లేపుతున్నావు. నాకు బాగా నిద్ర వస్తోంది. ప్లీజ్ అమ్మమ్మా!"అని అడిగాడు అరవింద్.

"ఒరేయ్ నాన్నా! ఈ రోజు భోగి రా! అందరూ భోగిమంటలు వేస్తున్నారు. రా నువ్వు కూడా చూద్దువుగానీ. భోగిమంటలు చూస్తే చాలా మంచిది నాన్నా! లే"అని లేపింది భానుమతి.లేవకపోతే అమ్మమ్మ ఊరుకోదని చలికి లేవలేకపోయినా బలవంతంగా లేచాడు.

అందరూ భోగిమంటలను బాగా ఎంజాయ్ చేస్తున్నారు. పాత చెక్క వస్తువులను, పెద్ద దుంగలను పేర్చి పెద్ద భోగిమంట ఏర్పాటు చేసాడు దశరథరామయ్య. గోపేడ పిడకలను దండలుగా చేసి అందరూ భక్తితో ఆ భోగిమంటలో వేసారు. అరవింద్ చేత కూడా ఒక దండ వేయించింది భానుమతి. భోగి మంటలు బాగా కాలాక ఆ మంటల మీద కాగిన నీటితో తలస్నానాలు చేసారు. అరవింద్ కి మాత్రం తనే ఒళ్ళంతా నలిచి తల స్నానం చేయించింది భానుమతి. ఆ తర్వాత తలకి సాంబ్రాణి వేసింది. తన తల్లిదండ్రులిద్దరూ డాక్టర్లవ్వడం, తను పెరిగిన ప్రపంచం ఫాస్ట్ కల్చర్ అవ్వడంతో ఇవన్నీ కొత్తగా అనిపించాయి, అరవింద్ కి.

తర్వాత రోజు సంక్రాంతి రోజున అసలు సందడి మొదలయ్యింది. మావయ్య దశరథరామయ్య తో పాటు కోడి పందాలకు వెళ్ళాడు. ఇదివరకు యూట్యూబ్ ల్లోనూ, ఇన్ స్టాగ్రామ్ ల్లోనూ ఇలాంటివి చూడడం తప్ప తనెప్పుడూ డైరెక్ట్ గా చూడలేదు. అందుకే ప్రతీ చిన్న విషయాన్ని తృప్తిగా ఆస్వాదిస్తున్నాడు. సంక్రాంతి రంగు రంగుల రంగవల్లులు, గొబ్బెమ్మలు, డూడూ బసవన్నలు, హరిదాసులు ఒక్కటేమిటి ప్రతీదీ

బాగా ఎంజాయ్ చేస్తున్నాడు అరవింద్.

కనుమ రోజు పశువులకు చేసే పూజలు మూఢంగా అనిపించినా అవి మనకు చేసే మేలు, వాటివల్ల మనం పొందే లాభాలు తెల్సిన తర్వాత దేవుళ్ళ కన్నా మిన్నగా అనిపించాయి అరవింద్ కి. సంక్రాంతి పండుగను అందరితో కలిసి రకరకాల పిండివంటలతో, రకరకాల ఆటలతో తన జీవితంలో ఎప్పుడూ లేనంత సంబరంగా జరుపుకున్నాడు.

సంక్రాంతి పండగయ్యి మాఘ మాసం రాగానే శశికళ పెళ్ళి పనులు మొదలయ్యాయి. విఘ్నేశ్వరుడి బియ్యం కట్టి పెళ్ళి పనులు మొదలుపెట్టారు. బంగారం షాపింగ్, బట్టల షాపింగ్ అన్నింట్లోనూ అందరితో చురుగ్గా పాల్గొంటున్నాడు అరవింద్. కానీ మనసులో ఎక్కడో శశికళను తను చేసుకోలేక పోయాననే అన్న ఆలోచన మాత్రం దొలిచేస్తోంది.

***

రోజూలాగే ఆ రోజు రాత్రి కూడా భానుమతి అరవింద్ కి పాలు తెచ్చిచ్చి పడుకోమని చెప్పి వెళ్ళబోయింది. అరవింద్ ఆమె చెయ్యి పట్టుకుని ఆపాడు.

"అమ్మమ్మా! నిన్ను ఒకటి అడుగుతాను. తప్పుగా అర్థం చేసుకోకు. అడగమంటావా?"అని అడిగాడు అరవింద్.

"నా దగ్గర నీకు మొహమాటం ఏమిట్రా? నేనేమీ అనుకోను గానీ అడుగు నాన్నా"అని చెప్పింది భానుమతి.

"అమ్మమ్మా! శశికి నేను బావ వరసనే కదా! అలాగే మా ఇద్దరికి పెద్ద ఏజ్ గేప్ కూడా లేదు. మా ఇద్దరికి ఈడు జోడు బాగుండదా? మా ఇద్దరికీ పెళ్ళి చేయాలని నీకు అనిపించలేదా?"అని అడిగాడు అరవింద్.

ఆ మాట అడగ్గానే కన్నీళ్ళ పర్యంతమయ్యింది భానుమతి. నోట మాట రాలేదు.

"అయ్యో! అమ్మమ్మా! ఏదో నేను క్యాజవల్ గా అడిగాను. నీకు చెప్పాలని ఉంటే చెప్పు. లేకపోతే లేదు. ఎందుకు బాధ పడుతున్నావు?"అని అడిగాడు అరవింద్.

"తప్పక చెప్తాను నాయనా! నీకు, శశికి పెళ్ళి చేద్దామని నేను రెండేళ్ల క్రితమే అనుకుని మీ అమ్మానాన్నలకి కబురు పెట్టాను. మీ మావయ్య, అత్తయ్యకి కూడా నిన్ను అల్లుడిగా చేసుకోవడం చాలా ఇష్టం. ఇదే విషయం రెండేళ్ల క్రితం వచ్చిన మీ అమ్మానాన్నల ముందుంచాను. అప్పుడేమి జరిగిందంటే..."అని చెప్పనారంభించింది భానుమతి.

***

"కీర్తీ! సమయం వచ్చినప్పుడు అడుగుదాములే అని ఎప్పటినుండో నిన్ను ఒక విషయం అడక్కుండా దాటేస్తూ వచ్చాను. ఇప్పుడు సమయం వచ్చింది కాబట్టి అడుగుతున్నాను. మన అరవింద్ కి, శశికి పెళ్ళి చేద్దామనుకుంటున్నాం. ఆడపిల్ల తండ్రిగా వాడు అడగలేక నా చేత అడిగిస్తున్నాడు. ఈ పెళ్ళి అందరికీ ఇష్టం, శశితో సహా. నువ్వేమంటావు ?"అని అడిగింది భానుమతి.

"అమ్మా! ఈ విషయం అడగడానికేనా నన్ను ఇండియాకు పిలిచింది. ఏదో ఇంపార్టెంట్ విషయం అనుకుని మేము చాలా బిజీగా ఉన్నా సెలవు పెట్టుకుని మరీ వచ్చాం. వాడికి ఇప్పుడే మెడిసిన్ కంప్లీట్ అయ్యింది. వాడు ఎమ్. ఎస్ చేయాలి. రెండు, మూడేళ్లు పడుతుంది. అయినా డాక్టర్లగా మా సజేషన్ ఏంటంటే మేనరికాలు అంత మంచివి కావు. మేనరికాలకు పుట్టే పిల్లలు అంత హెల్తీగా పుట్టరు. శశిని కోడలిగా చేసుకోవడం మాకు ఇష్టం లేదమ్మా"అని ఖరాఖండిగా చెప్పింది కీర్తి. పెళ్ళాం మాటే తన మాటన్నట్టు తలూపాడు శ్రీధర్.

భానుమతి మరల కలగజేసుకుని మాట్లాడదామనుకుంటుండగా దశరథరామయ్య భానుమతిని ఆపి "సారీ చెల్లమ్మా! మీ ఇష్టాఇష్టాలు

తెలుసుకోకుండా మేము తొందరపడడం మా తప్పమ్మా! అనవసరంగా మిమ్మల్ని రమ్మని కష్టపెట్టినందుకు క్షమించు"అని అన్నాడు.

***

"అదిరా! ఆ రోజు జరిగింది. నిన్ను ఈ ఇంటి అల్లుడిగా చేయడం మీ అమ్మకు ఇష్టం లేదు. మేము అడగడమూ జరిగింది, మీ అమ్మ చేత మేము అభాసపాలవ్వడమూ జరిగింది. ఇంట్లో బంగారాన్ని పెట్టుకుని ముందు అంగట్లోకి వెళ్ళం కదరా! అందుకే ముందే నిన్ను అడిగాం. కానీ మీ అమ్మ ఒప్పుకోలేదు. ఆ రోజు మీ అమ్మ అన్నమాటలకి చాలా బాధ కలిగింది. చిన్న వయసులోనే నా పసుపుకుంకాలు పోయినప్పుడు, ఇద్దరి పిల్లల్ని మొగుడు లేకుండా పెంచడానికి కూడా ఇంత బాధ కలగలేదు"అని మరల భాధపడింది భానుమతి.

"బాధపడకు అమ్మమ్మా! మనమేం చేస్తాం. ఆ దేవుడు రాసిపెట్టుంటే ఏదైనా జరుగుతుంది. సరేనా"అని ఓదార్చాడు అరవింద్.

***

శశి పెళ్ళిరోజు రానే వచ్చింది. ఆ రోజు భానుమతి గారిల్లు బంధువులతో, ఊరి జనంతో మహా సందడిగా ఉంది. రకరకాల పూలతో ఇల్లంతా బాగా డెకరేషన్ చేసారు. చలువ పందిళ్ళతో, ముగ్ధమైన ముగ్గులతో శోభాయమానంగా ఉంది. పెళ్ళి కూతురు ముస్తాబులో శశికళ ఆ నింగిలో శశిలా వెలిగిపోతోంది. అందరి చూపూ శశి వైపే ఉన్నాయి, అరవింద్ తో సహా. ఈ విషయం గమనించక పోలేదు కీర్తి. తనకు మేనరికాలు చేసుకోవడం ఇష్టం లేదని, ఈ విషయం తన పుట్టింటివారికి చెప్పానన్న విషయం అరవింద్ కి తెలియదనుకుంటోంది కీర్తి.

పెళ్ళి శుభముహూర్తం రానే వచ్చింది. "పిల్లలూ! ఈ జీలకర్ర, బెల్లం ఒకరి నెత్తి మీద ఒకరు పెట్టుకోండి నాయనా! ఏమోయ్! భజంత్రీలు గట్టిగా వాయించండి "అని

పంతులు గారు అనగానే గట్టిగా భజంత్రీలు మ్రోగాయి. కానీ అపశ్రుతిలా మధ్యలోనే ఆపేసారు.

ఒక్కసారిగా అందరి కళ్ళూ పెళ్ళిమంటపం వైపుకు తిరిగాయి. పెళ్ళికొడుకు చరణ్, "టేకిట్ బ్రో! ఈ జీలకర్ర, బెల్లం శశి మీద పెట్టు"అని ఆ జీలకర్ర, బెల్లం మిశ్రమాన్ని అరవింద్ చేతిలో పెట్టాడు.

అది తీసుకుని పెళ్ళిమంటపం ఎక్కాడు అరవింద్.

అది చూసి అవాక్కయిన కీర్తి "ఒరేయ్! ఏంటిరా నువ్వు చేసే పని"అని గట్టిగా అరిచింది.

"నేను ఇక్కడ సంజాయిషీ చెప్పాల్సిన వాళ్ళెవ్వరూ లేరు, ఒక్క శశికి తప్ప"అని శశికేసి తిరిగి "శశీ! నేను నిన్ను ఇష్టపడ్డాను. అమ్మ, మీ మధ్య జరిగిన సంభాషణ విన్న తర్వాత నీ మీద ఇష్టం రెట్టింపయ్యింది. కానీ నా చేయి దాటిపోయిందనుకున్నాను. చివరిసారిగా నా ప్రయత్నాన్ని నేను చేసాను. చరణ్ నెంబర్ తీసుకుని కాల్ చేసాను. జరిగింది చెప్పాను. చరణ్ కూడా చాలా పాజిటివ్ గా తీసుకున్నాడు. అందుకే నేను నిన్ను పెళ్ళి చేసుకుంటాను. కానీ దానికి నీ ఇష్టం ఉండాలి. నువ్వు ఒప్పుకుంటే ఎవ్వరు ఔనన్నా, కాదన్నా నీ మెడలో తాళి కడతాను. చెప్పు శశీ!"అని అడిగాడు అరవింద్.

ఒక్కసారిగా పెళ్ళి పందిరి అంతా స్తబ్దత ఆవరించింది. ఎవ్వరి నోటమ్మటా మాట లేదు. శశి తలవంచుకుని అరవింద్ దగ్గరకు జేరింది. శశికి తాళికట్టి తనదానిని చేసుకుని గర్వంగా చూసాడు. అందరూ నిశ్చేష్టులై చూస్తూ ఉండిపోయారు.

"ఈ రోజునుండి నేను ఈ ఊళ్ళోనే ఉంటాను. ఇక్కడే హాస్పిటల్ కడతాను. భానుమతి గారి మనవడిగా ఈ ఊళ్ళోనే సేవలందిస్తాను "అని ఊరందరి ముందూ

మాటిచ్చాడు అరవింద్. ఆ మాట వినగానే తాము తీసుకున్న అక్షింతలతో నూతన వధూవరులను మనస్ఫూర్తిగా దీవించారు, కీర్తితో సహా.

బాబోయ్ నాకొద్దీ పండగ

ఝాన్సీ లక్ష్మి జాష్టి

హైదరాబాద్

Ph: 98485 89001

గత నాలుగు రోజులుగా సారధి పరిస్థితి ఏమీ బాగోలేదు. చీటికీ మాటికీ క్యాలెండరు వైపు చూసి దిగులు పడుతున్నాడు. నిద్ర మధ్యలో లేచి కూర్చొని ఇంకా నెల రోజులు, ఇంకా ఇరవై తొమ్మిది రోజులు అంటూ రోజులు లెక్కపెడుతున్నాడు. తిండి సరిగా తినడం లేదు. సారధి పరిస్థితి అతని భార్య చిత్రకు పజిల్ లా తయారయ్యింది.

"ఏంటలా ఉన్నావు, ఒంట్లో బాగోలేదా?" అని అడిగితే, "బాగానే ఉన్నాను"అని ముక్తసరిగా సమాధానమిచ్చి అక్కడ నుండి వెళ్ళిపోతున్నాడు. ఆఫీస్ లో ఏమైనా సమస్యేమో అనుకోడానికి, ఆఫీస్ కి మాత్రం ఒక్కరోజు కూడా సెలవు పెట్టకుండా వెళ్తున్నాడు. కానీ, తిండి సరిగా తినడంలేదు నిద్ర పోవట్లేదు, నాలుగు రోజుల్లోనే కళ్లకింద నల్లని చారలు వచ్చేసి మనిషిలో కళ మొత్తం తగ్గిపోయింది.

అక్కడికీ అత్తగారికి, ఆడపడుచుకి ఫోన్ చేసి వాళ్ళకేమైనా తెలుసేమో అని అడిగితే, "పట్టుచీర కొనమనో, డైమండ్ నెక్లెస్ కావాలనో ఒత్తిడి పెట్టి ఉంటావు. లేదంటే మీ అన్నయ్యకు బిజినెస్లో హెల్ప్ చేయమనో టెండర్ పెట్టి ఉంటావు. మా వాళ్లకు ఒక్క రూపాయి సాయం చేయనివ్వదు కానీ, వాళ్ళ వాళ్లకు మాత్రం దోచిపెడుతోంది అని మా అన్నయ్య మనసు కష్టపెట్టుకున్నాడేమో" అని ఆడపడుచు,

"ఆడ, మగ సమానం. నీతోపాటు నేను కూడా ఉద్యోగం చేస్తున్నాను అంటూ ఇంటెడు చాకిరీ వాడితోనే చేయిస్తున్నావు. పెళ్ళికి ముందు ఇటు కంచం అటు పెట్టి ఎరగడు వెర్రినాగన్న. ఇప్పుడు ఇంటా బయటా కష్టపడలేక బిడ్డ అల్లాడిపోతున్నాడు" అని అత్తగారు తనమీదే దండయాత్ర చేయడంతో బుద్ధి తక్కువై వీళ్ళను అడిగాను అని చెంపలు వేయించుకుంది చిత్ర.

పోనీ, సారధి బెస్ట్ ఫ్రెండ్స్ ని అడుగుదామా అంటే, గత సంవత్సరం ఉద్యోగం మారిన తర్వాత, సారథికి తనతో గడపడానికే సమయం దొరకట్లేదు. ఇక ఫ్రెండ్స్ ని కలిసే ఛాన్స్ లేదు. అయినా ఒక రాయి వేసి చూద్దామని, సారధి బెస్ట్ ఫ్రెండ్స్ గిరికి, రమణకి కాల్ చేసింది. "పోనీలే సిస్టర్, పొగరుతో కళ్లునెత్తికెక్కి మావాడు మమ్మల్ని మర్చిపోయినా, నువ్వైనా గుర్తుంచుకొని ఫోన్ చేసావు" అని వాళ్లిద్దరూ కూడబలుక్కున్నట్లు ఒకే సమాధానం చెప్పడంతో వాళ్ళను అడిగి కూడా వేస్ట్ అనుకుంది.

రోజులు గడిచే కొద్దీ సారధి పరిస్థితి ఇంకా దారుణంగా తయారవుతోంది. నిద్రలో లేచి జుట్టు పీక్కుంటున్నాడు. ఇక లాభం లేదని, ట్రిపుల్ పేమెంట్ కట్టి మరీ ఒక సైక్రియాటిస్టు అపాయింట్మెంట్ ఆదివారం ఉదయం ఏడుగంటలకు తీసుకుంది. ఏడుగంటలకే ఎందుకు అంటే ఎనిమిది దాటింది అంటే మళ్ళీ సారధి వాళ్ళ బాస్ కాల్స్ మొదలు అవుతాయి కాబట్టి.

సైక్రియాటిస్టు తరచి తరచి అడిగే ప్రశ్నలకు సమాధానము చెప్తూనే, అతని టేబుల్ మీద ఉన్న క్యాలెండరు వైపు భయం భయంగా చూస్తున్న సారధిని గమనించి, "మీకు క్యాలెండరు అంటే భయమా?" అని అడిగాడు సైక్రియాటిస్టు మోహన్. "లేదండీ, ఎందుకలా అడిగారు?" అని ప్రశ్నార్ధకంగా చూసాడు సారధి.

"మరి దానివైపు ఎందుకు అంత కంగారుగా చూస్తున్నారు?" అని అడిగిన

మోహన్ వైపు నీళ్లు నములుతూ చూసాడు సారధి. "భయపడకుండా చెప్పండి. ఇక్కడ మీరు చెప్పే విషయాలు ఏవీ ఈ గది దాటి బయటకు వెళ్లవు. ఆఖరికి బయట ఎదురు చూస్తున్న మీ భార్యకు కూడా చెప్పను" అని మోహన్ పదే పదే హామీలు ఇచ్చిన తర్వాత నోరు విప్పాడు సారధి.

చిన్నప్పటినుండి నాకు సంక్రాంతి అంటే చాలా ఇష్టం. కానీ ఎప్పుడైతే నేను ఐటీ కంపెనీలో జాబ్ వదిలేసి ఒక ప్రముఖ టెలికాం కంపెనీ ఎండీకి, PA గా జాయిన్ అయ్యానో అప్పటినుండి నా జీవితం మారిపోయింది.

మా ఎండీ వాళ్ళ హస్బెండ్ ఐదుసార్లు ఎమ్మెల్యేగా గెలిచి ఈ విడత మంత్రి పదవి పొందిన ప్రముఖ రాజకీయ నాయకుడు. ఈ జాబ్ వచ్చింది అని తెలియగానే, నా స్నేహితులు, బంధువులు అందరూ "సారధి రొట్టె విరిగి నేతిలో పడింది. ఇక సారధి దశ తిరిగిపోతుంది" అని అసూయ పడ్డారు.

కానీ, నా దశ ఎలా మారిందో మీరే చూడండి.

టింగ్, టింగ్, టింగ్.

చిత్ర: నిద్ర చెడిపోయిన విసుగుతో, "ఏంటి సారధి, నన్ను నిద్ర పోనివ్వవా? పగలు రాత్రి తేడా లేకుండా ఆ మెస్సేజ్ లు ఏంటి?"

సారధి: "మేడం అబ్రాడ్ వెళ్లారు కదా అక్కడనుండి మెసేజ్ చేస్తున్నారు."

చిత్ర: "ఆవిడ ఇక్కడుంటే ఎర్లీ మార్నింగ్ 4 నుండి మెసేజ్ లు/ ఫోన్ లతో సావగొడతది, ఇక దేశం దాటి వెళ్తే రాత్రుళ్ళు నిద్రపోనివ్వదు. నీతోపాటు ఇంటిల్లిపాది ఊడిగం చేస్తామని బాండ్ రాసిచ్చావా?

సారధి: నీళ్లు నములుతూ, "అది కాదు రా"

చిత్ర: "ఏహె పో, నువ్వు నీ దిక్కుమాలిన జాబ్. పేరుకు మంత్రిగారి పెళ్ళాంకి PA. ఇంట్లోవాళ్లకు ఒక్క తిరుమల దర్శనం ఇప్పించడం చేతకాదు. ఏమన్నా అంటే

మా మేడం పర్సనల్ ఫేవర్స్ అడిగితే ఒప్పుకోరు అంటావు. మరి నీ పర్సనల్ టైం లో ఎందుకు ఫోన్ చేస్తుందో అడిగే ధైర్యం మాత్రం లేదు. నీకు చెప్పి చెప్పి నాకు విసుగొస్తోంది. పొయ్యి హాల్ లో పడుకో పో" అంటూ దిండు దుప్పటి హాల్ లోకి విసిరేసింది.

***

"పర్సనల్ లైఫ్ పోయింది. ఇక ప్రొఫెషనల్ లైఫ్ అంటారా అది కూడా చూడండి."

మేఘన (సారధి బాస్): "సంక్రాంతికి ఊరెళ్ళాలి అని చెప్పాను కదా! ఏర్పాట్లు ఎంతవరకు వచ్చాయి?"

సారధి: "టికెట్స్ బుక్ చేశాను మేడం. అలాగే వర్కర్స్ ని పంపించి ఇల్లు మొత్తం శుభ్రం చేయించాను."

మేఘన: వెటకారంగా చేతులు తిప్పుతూ, "అయ్యో! అవునా బాబు, నువ్వు ఇక్కడ కూర్చొని అక్కడ పనివాళ్లకు ఆర్డర్స్ వేసి పని చేయిస్తున్నావా? ఏసీ రూములో కూర్చొని ఒళ్ళు కదలడం కష్టం అయ్యింది రాజు గారికి."

సారధి: "అది కాదు మేడం."

మేఘన: కోపంతో కళ్ళెర్రజేసి, "నేను మాట్లాడుతుంటే అడ్డు చెప్పడానికి ఎంత ధైర్యం. ఇప్పటికిప్పుడు బయలుదేరి ఊరికి వెళ్ళు. అలాగే మా బంధువులు అందరూ నాతోనే కలిసి వస్తారు. వాళ్లకు కూడా ఫ్లైట్ టికెట్స్ బుక్ చెయ్యి. టికెట్ మనీ వాళ్లే ఇస్తారు. కలెక్ట్ చేసుకొని అకౌంటెంట్ కి లెక్క చెప్పు."

సారధి: "అలాగే మేడం."'ఎవరి డబ్బులు వాళ్ళు పే చేసేటప్పుడు వాళ్ళ టికెట్ వాళ్లే బుక్ చేసుకొని చావొచ్చు కదా. మధ్యలో ఈ పెంట నాకు ఎందుకు?'

***

పండగ సంరంభాలు మొదలు:

సీన్ - 1

మేఘన: ఫోన్ లో "వీడియో కాల్ చేసి ఎప్పటికప్పుడు పని ఎంత వరకు వచ్చిందో చూపించమన్నాను కదా. ఒక్కసారి చెప్తే నీ చెవులకు ఏమీ ఎక్కవా? లేదంటే పొగరా?"

సారథి: "ఇప్పుడే చేస్తున్నాను" మేడం అంటూ వీడియో కాల్ చేసాడు

మేఘన: "ఆ చివరన ఆ మరకలు ఏంటి, పెయింటింగ్ అవగానే తుడిపించాలని తెలియదా? ఆ చెట్టు ఆకులు ఎండిపోయి ఉన్నాయి ఏంటి? గార్డెనర్ నిద్రపోతున్నాడా? దున్నపోతుల్లా తినడం, నిద్రపోవడం. ఒక్కడంటే ఒక్కడు పని చేసి చచ్చేవాడు లేడు. అందరూ నా సొమ్ము తిని ఒళ్ళు పెంచుకునేవాళ్లే.

సారథి: "మేడం"

మేఘన: ఏంటి మేడం, మేడం. నిన్ను అక్కడికి పంపించింది పనులు చేయించడానికి, హాయిగా తిని పడుకోడానికి కాదు. నా కర్మ, పనివాళ్ళు అందరూ మహారాజుల్లా అనుభవిస్తుంటే నేను, నా మొగుడు ఇల్లు పట్టకుండా తిరిగి సంపాదించి మిమ్మల్ని అందరినీ మేపుతున్నాము.

సీన్ - 2

బాసమ్మ ఊరికి ప్రయాణం చేస్తున్న రోజు

ఆహ్వాన ఏర్పాట్లలో తలమునకలుగా ఉన్న సారథికి క్షణానికి ఒక ఫోన్.

చుట్టం 1: "ఏంటి సారథి, అక్క పక్కనే నాకు సీట్ బ్లాక్ చేయమన్నాను కదా! వెనక రో లో పెట్టావు ఎందుకు?"

చుట్టం 2: "ఏంటి సారథి, ఆ సరళ కన్నా మేమే దగ్గర చుట్టాలం. ఆమెకు అక్క పక్కన సీట్ బుక్ చేసి నన్నేమో వెనకెక్కడో పడేసావ్. అక్కతో చెప్తే కానీ నీ తిక్క

వదలదు."

వేలువిడిచిన అక్క: "నేను నడవలేను, బగ్గీ కావాలని చెప్పాను కదా సారథి, ఎయిర్పోర్ట్ లో ఇన్ఫార్మ్ చేసావా లేదా ?"

కాలువిడిచిన తమ్ముడు: "నాకసలే షుగర్ ఉంది. నేను వచ్చేసరికి ఫుడ్ రెడీగా ఉంటుంది కదా."

మేఘన: "వదినను టికెట్స్ కి మనీ అడిగావు అంట. హౌ డేర్ యు. తను నా అన్నయ్య భార్య, నన్ను ఎంత గౌరవంగా చూసుకుంటావో ఆమెను కూడా అంతే గౌరవంగా చూసుకోవాలి."

సారథి: "అది కాదు మేడం."

మేఘన: "డోంట్ డేర్ టు టాక్. ఏదైనా చేసేముందు నన్ను అడిగి చెయ్యమని లక్షసార్లు చెప్పాను. బుద్ధి ఉంటే కదా. ఈ PAల వలనే మాకు సగం తలనొప్పి వదినా! చెప్పింది చేయరు, ఏమైనా అంటే మీరే చెప్పారు అని మమ్మల్నే బ్లేమ్ చేస్తారు. మా కష్టాలు పగవాడికి కూడా రాకూడదు."

సారథి: ......

సీన్ 3: పండగ రోజు

మేఘన: "ఆ PA ఎక్కడ చచ్చాడో చూడండి. ఒక్క పని సవ్యంగా చేయడం చేతకాదు. జీతాలు మాత్రం లక్షల్లో కావాలి."

సారథి: "నేను ఇక్కడే ఉన్నాను మేడం"

మేఘన: కోపంగా కళ్ళతో నిప్పులు చెరుగుతూ, "ఎందుకు ఇక్కడే ఉండి నా నెత్తిన ఎక్కి నాట్యం చేస్తావా? పిల్లలకు ఎంటర్టైన్మెంట్ ప్రోగ్రామ్ పెట్టమన్నాను కదా ఏం చేసావ్?"

సారథి: "మిమిక్రీ ప్రోగ్రాం పెట్టించాను మేడం, పిల్లలు చూసి సరదా పడతారు

అని కోడిపుంజులు, మేకలు, కుందేళ్లు అన్నీ తెప్పించాను. మాట్లాడే రామ చిలుకలు కూడా తెప్పించాను మేడం."

మేఘన: వెటకారంగా, "అవునా! మరి పిల్లలు ఎక్కడున్నారు."

సారధి: "ఎంత చెప్పినా వినకుండా, అవి అన్నీ బోర్ అని ఫోన్ లో గేమ్స్ ఆడుకుంటున్నారు మేడం. పెద్దవాళ్ళు మాత్రం ప్రోగ్రామ్స్ ఎంజాయ్ చేస్తున్నారు."

మేఘన: "పిల్లలను ఆకట్టుకోవడం కూడా చేతకాని దద్దమ్మలు. మళ్ళీ ఒక్కొక్కరు డజన్లకొద్దీ పిల్లలను కని దేశం మీదకు వదిలేస్తారు. నిన్ను చూస్తేనే తెలుస్తుంది మీ పిల్లలను ఎంత పద్ధతిగా పెంచుతున్నావో."

సారధి:.......

సీన్ 4 : భోజనాల సమయం

మేఘన: "వంట వాడు చెప్పిన ఐటమ్స్ అన్నీ చేసాడో లేదో చూడు. ఆ పని వెధవలు అటు రాకుండా చూసుకో, లేదంటే అసలు వాళ్ళు తినకముందే అన్నీ ఖాళీ అయిపోతాయి."

చుట్టం 3: "ఏంటి సారధి మా వారికి అల్సర్ అని తెలిసి కూడా అన్ని వంటల్లో మసాలా వేయించావు."

చుట్టం 4: "ఓయ్ సారధి, ఏంటయ్యా ఇది, ఎంత పండుగరోజు అయితే మాత్రం అసలు కక్కా ముక్క లేకుండా చేసావ్. ఉదయం లేస్తూనే ఇడ్లీ లో మటన్ నంచుకుని తినే ఫామిలీ మాది. ఎవరి అవసరాలు ఏంటో తెలుసుకొని ఏర్పాట్లు చేయాలని కూడా తెలియదా?"

పెద్ద ముత్తైదువ: "ఏంటి సారధి, వంటవాళ్ళతో నీసు వండమని చెప్పావు అంట. పండగ పూట నీసు వండకూడదు అని ఆ మాత్రం ఇంగితం లేకపోతే ఎలా. పో పొయ్యి

ఆ వంట వెధవను నీసు వండొద్దని, వంటగది మొత్తం పసుపు నీళ్లు చల్లి ప్రోక్షణ చెయ్యమని చెప్పు."

పిల్లకాయలు: "సారధి అన్నా, మాకు ఈ ఫుడ్ ఐటమ్స్ బోర్, మాకు ఫాస్ట్ ఫుడ్ కావాలి."

ఇరవై రోజుల ముందే వంటవాడితో బాసమ్మను మాట్లాడించి, ఫైనలైజ్ చేయించిన మూడు రోజుల మెనూ ప్రకారం వండిన, అరవై రకాల వంటలు బిక్కమొహం వేసుకొని సారధి వైపు చూస్తున్నాయి.

మేఘన: "ఒక్క పని కూడా సరిగా చేయడం చేతకాదా? ప్రతి ఒక్కరు నీ మీద కంప్లైంట్ ఇవ్వడమే. నీ ముందు పని చేసిన వాసు, రాము నా నోట్లోనుండి మాట బయటకు రాకముందే అల్లుకుపోయి పనిచేసేవాళ్ళు. మళ్ళీ ఇంకో కొత్తోడిని తీసుకొని వాడికి పని నేర్పించడం ఎందుకని నిన్ను భరించాల్సి వస్తుంది."

సీన్ – 5 - కనుమ రోజు

సారధి: "మేడం ముగ్గుల పోటీకి, పిల్లల ఆటల పోటీలకు అంతా రెడీ. మీరు వస్తే స్టార్ట్ చేయడమే."

మేఘన: మూతితిప్పుతూ, "పద చూస్తాను, ఎంత గొప్పగా చేసావో!"

భజన సంఘం 1: అమ్మ మేఘమ్మ తల్లీ, నీ అడుగు పడిన తర్వాతే ఈ ఊరికి పండగ కళ వచ్చేది."

భజన సంఘం 2: "అయ్యగారి కంటే మీకే క్రేజ్ ఎక్కువ అమ్మా, ఈసారి మీరు పోటీ చేస్తే ఖచ్చితంగా ముఖ్యమంత్రే అవుతారు."

భజన సంఘం 3: "నువ్వు లేకపోతే మా బాగోగులు పట్టించుకునేవాళ్లే లేరు తల్లి. చల్లని తల్లివి మా సమస్యలు అన్నీ నువ్వే తీర్చాలి."

మేఘన: లోలోపల పొంగిపోతూ, "అయ్యో! నాదేమీ లేదండి, ఏదో మీ అభిమానం కానీ, ఆయన ముందు నేనెంత. మీ అర్జీలు అన్నీ నా పిఏ కి ఇవ్వండి. సమయం చూసుకొని ఆయనతో చెప్పి చేయిస్తాను. సారథి వాళ్ళందరి దగ్గర అర్జీలు తీసుకో, అలాగే నీ నెంబర్ వాళ్లకు ఇవ్వు. ఏదైనా అవసరం అయితే సారథికి ఫోన్ చేస్తే, అతను నాకు తెలియజేస్తాడు."

అదే రోజు సాయంత్రం:

సారధి: "మేడం ఉదయం చాలామంది అర్జీలు ఇచ్చారు. వాటిని సార్ పిఏ శ్రీనివాస్ గారికి ఇస్తే, "ఇవి అన్నీ క్లియర్ చేస్తూ కూర్చుంటే అక్కడ గవర్నమెంట్ మునిగిపోతుంది. ఇవి అన్నీ ల్యాండ్ ఇష్యూస్. అర్జీలు తీసుకునే ముందు చెక్ చేసుకునే పనిలేదా?" అని కోప్పడ్డారు మేడం."

మేఘన: "చూడు, నువ్వు ఇప్పుడొచ్చావు. వాళ్ళందరూ కొన్ని సంవత్సరాలనుండి మాతో పని చేస్తున్నారు. నీ ఇన్ ఎఫిషియెన్సీని కప్పి పుచ్చుకోడానికి వాళ్ళ వైపు ఫింగర్స్ చూపించకు. చేతనైతే వాళ్ళలా మంచిగా పని చేయడం నేర్చుకో."

సారధి: ......

ఆఖరి ఘట్టం:

ఊరునుండి తిరిగి వెళ్లేరోజు.

మేఘన: "చెక్ ఇన్ లగేజీ ఎయిర్పోర్ట్ కి ముందే పంపించావా?"

సారధి: పంపించాను మేడం

చుట్టం x: "ఎక్కడ పంపించావు? నా లగేజి ఇక్కడే ఉంది."

సారధి: "ఉదయం అడిగినప్పుడు మీకు చెక్ ఇన్ లగేజి లేదు అన్నారు కదండీ!"

చుట్టం x : "అంటే ఏంటి నేను అబద్ధం ఆడుతున్నానా? ఉదయం లేదు అని చెప్పి ఇప్పుడు లగేజి ఉంది అనడానికి నాకేమైనా పిచ్చా? నువ్వు ఎవరిని చూసి ఎవరు

అనుకున్నావో?"

సారధి: "అది కాదండీ"

మేఘన: సారధి, జస్ట్ షట్ అప్, ఎంత ధైర్యం ఉంటే మా బంధువులతో రాష్ గా మాట్లాడతావు. ఒళ్ళు దగ్గర పెట్టుకో. మా ఇంటికి వచ్చినవాళ్ళను ఎంత మర్యాదగా చూసుకోవాలో తెలియదా. ముందు అక్క కి సారీ చెప్పి తన లగేజి నువ్వే తీసుకెళ్లి చెక్ ఇన్ చేయించు.

సారధి: "అలాగే మేడం" అంటూ చుట్టం వైపు తిరిగి సారీ చెప్పి లగేజి తీసుకొని వెళ్ళిపోయాడు.

ఎయిర్పోర్ట్ లో :

మేఘన: ఎయిర్పోర్ట్ స్టాఫ్ ముందు, "ఫ్లైట్ లేట్ అవుతుంది అని ఇన్ఫోర్మ్ చేయాలని కూడా తెలియదా నీకు"

సారధి: "మేడం ఎయిర్లైన్స్ నుండి అప్డేట్ రాగానే మీకు మెసేజ్ చేశాను. బట్ మీరు అప్పటికే ఇంటి నుండి స్టార్ట్ అయ్యారు."

మేఘన: "ఏదీ ముందు చెప్పడం చేతకాదు. లాస్ట్ మినిట్ లో చెప్పొద్దు అని నీకు ఎన్నిసార్లు చెప్పాలి. అరే మా ఫ్రెండ్ ఉమా వాళ్ళ పిఏ ఎంత బాగా వర్క్ చేస్తాడో. నా దరిద్రానికి అందరూ ఇలాంటివాళ్లే దొరుకుతారు."

సారధి :.....

***

చూసారు కదా! ఇవి కేవలం ఆ పండుగ మూడు రోజుల్లో జరిగిన కొన్ని సంఘటనలు మాత్రమే. అన్నీ వివరించాలి అంటే ఒక గ్రంధం రాయాలి అని బావురుమన్నాడు సారధి.

"ఊరుకోండి, కంట్రోల్ యువర్ సెల్ఫ్. మరి ఇన్ని భరిస్తూ అక్కడే ఎందుకు వర్క్ చేస్తున్నారు?" అని అడిగాడు మోహన్.

ఊరు వచ్చిన మొదటిరోజు ఎప్పుడైతే పనివాళ్ల ముందు తిట్టిందో అదే రోజు మానేద్దామని డిసైడ్ అయ్యి చెప్పడానికి వెళ్ళాను అండి. కానీ, అదే టైముకి మంత్రిగారు నన్ను పిలిచి, "చూడు సారధి, మేఘన తిట్టింది అని జాబ్ మానేసి వెళ్ళిపోకు. తనకు కొంచెం కోపం ఎక్కువ. అందుకే ఎవ్వరూ పట్టుమని సంవత్సరం పాటు పని చేయలేరు. తనకు కోపం వచ్చినప్పుడు పట్టించుకోకుండా సైలెంట్ గా ఉంటే కొంతసేపటికి తానే మాములుగా అయిపోతుంది. తను ఏమైనా తిట్టినా, నిన్ను కాదు అనుకో" అంటూ ప్రాధేయపూర్వకంగా చెప్పారు.

కొన్ని లక్షల మంది దైవంగా కొలుచుకునే ఆయన అంత ప్రాధేయపూర్వకంగా చెప్పేసరికి కాదు అనలేకపోయాను. అందుకే ఆమె కోపాన్ని భరిస్తూ ఇలా రోజులు లాక్కొస్తున్నాను. కానీ మళ్ళీ పండగ అంటే, మళ్ళీ అన్నీ రిపీట్. బాబోయ్ నాకొద్దీ పండగ" అంటూ అంటూ కళ్ళు తిరిగిపడిపోయిన సారధి వైపు జాలిగా చూస్తూ ఉండిపోయాడు మోహన్.

అల్లుడి గడ్డం – మామకి అడ్డం

గోవిందరాజుల నాగేశ్వర రావు

హైదరాబాద్

Ph: 9849315771

నీలకంతం ఉగాది పండక్కి అల్లుడు సుబ్బారావుని, కూతురు సుందరిని ఇంటికి పిలిచాడు. సుబ్బారావుకి నీట్ గా వుండటం అంటే ఇష్టం. మంగళవారమయినా, శుక్రవారమయినా రోజూ షేవింగ్ చేసుకోవాల్సిందే. అలా ఆ రోజు కిటికీ కి అద్దం తగిలించి సుబ్బారావు ' దేవుడు మగాడికి ఈ గడ్డం ఎందుకు ఇచ్చాడో.. రోజూ గీసుకోలేక చస్తున్నా. అసలు దేవుళ్లలో గడ్డం వున్న దేవుడు ఎవడూ లేడు . వాళ్ళు మాత్రం ఏ గడ్డం లేకుండా హేపీ గా వున్నారు. ఆ... పాపం ఒకాయనున్నాడు బ్రహ్మ దేవుడు. మనం ఒక్క గడ్డానికే గీసుకోలేక చస్తూంటే .. ఆయన రోజూ మూడు గడ్డాలు చేసుకోవాలి. అందుకేనేమో చేసుకోలేక పెంచేసాడు. మగాడిని సృష్టించేటప్పుడు ఆ కసితో గడ్డం ఇచ్చి ఉంటాడు.' అంటూ సబ్బు రాసుకుని రేజరుతో గీసుకున్నాడు. తెగ లేదు. అద్దంలో చూసుకుని ' ఇదేంటి సబ్బు పోయింది గాని గడ్డం అలాగే వుంది.' అంటూ మళ్ళీ గీసాడు.

మళ్ళీ తెగక పోయేసరికి ' రేజరు కి ఏవయింది.' అంటూ రేజర్ ఓపెన్ చేసి చూసాడు. అందులో బ్లేడు లేదు. 'ఇందులో బ్లేడు ఏమయింది ...సుందరి... సుందరి..' అంటూ పిలిచాడు.

సుందరి కూరగాయలు తరుగుతూ మధ్యలో ఆపి చేతిలో కత్తితో వచ్చి ' ఏంటి' అంటూ అడిగింది.

'ఇందులో బ్లేడు ఎవరు తీసారు.' అంటూ రేజర్ చూపించాడు.

'మీ రేజరులో బ్లేడుతో నాకు పనేంటి.. అంతగా అవసరమయితే వంటింట్లో మాంచి పదునున్న ఇంపోర్టెడ్ కత్తులు రెండున్నాయి.' అంటూ కత్తులు చూపిస్తూ పొడిచే స్టయిలు లో చెప్పింది.

సుబ్బారావు షాకయ్యి.. ' నీకు అవసరం లేక పోవచ్చు. మీ నాన్న తీసి ఉండచ్చుగా.. ఏం మావయ్యా .. నువ్వేమన్నా తీసావా?' అంటూ మావయ్య నీలకంఠంని అడిగాడు.

'బ్లేడు గురించి నాన్నని అడుగుతారా? సిగ్గులేక పోతే సరి.. ' అంది సుందరి సుబ్బారావుని.

'లేకపోతే మీ అమ్మని అడగ మంటావా.... ఏం మీ నాన్న గడ్డం గీసుకోడా...' అన్నాడు సుబ్బారావు.

''రేజర్ లో బ్లేడా.. ఇందాకా గోళ్ళు తీసుకోడానికి నేనే తీసాను' అన్నాడు నీలకంఠం .

సుబ్బారావు ఇంకా ఏదో అనబోతుంటే ' ఇంకాపుతారా' అంది కత్తి చూపిస్తూ.

'ఏంటి ఆపేది.. బ్లేడు తీసింది ఆయన , గడ్డం గీసుకోకుండా ఆగిపోయింది నేను. ఇప్పుడు ఇంకో బ్లేడు కూడా లేదు. ఇప్పుడెలా... నాకు అర్జెంటు గా బ్లేడు కావాలి.' అన్నాడు కోపంగా ' షాపుకెళ్ళి తెచ్చుకొండి.' అంది సుందరి.

'ఈ సబ్బు గడ్డం తోటా ' అన్నాడు సుబ్బారావు.

'పోనీ, కడుక్కుని వెళ్ళు..' అన్నాడు నీలకంఠం.

' ఒకసారి రాజులు కత్తి ఎత్తి దించినా? మగాడు గడ్డానికి సబ్బు రాసుకుని గడ్డం

గీసుకోకుండా కడుక్కుంటే అపశకునం. ఆ పని నేను చెయ్యను. ' అన్నాడు సుబ్బారావు.

'మొదటిది ఎక్కడో విన్నా గాని రెండోది ఎప్పుడూ వినలేదే?' అన్నాడు నీల కంఠం.

'మొదటిది రాజులు చెప్పారు. రెండోది .. నేను చెప్పాను. నాకు అర్జెంటుగా బ్లేడు కావాలి. అంతే.' అన్నాడు సుబ్బారావు.

'ఖర్మ ... ఆ సబ్బుతో దిష్టి బొమ్మలా వున్నారు. చూడలేక చస్తున్నా..' అంది సుందరి.

సుబ్బారావు గడ్డంతో నిలబడి కోపంగా నీలకంఠంని చూస్తున్నాడు.

' రేజరులో బ్లేడు ఉందో లేదో.. గడ్డం గీసుకునే ముందు చూసుకోవాలి. అంతే గాని తర్వాత చూసుకుని ఇలా గంతులెయ్య కూడదు.' అంది సుందరి.

' బాగుంది.. తీసింది మీ నాన్న .. దానికి నన్ను అంటావేంటి.' అన్నాడు సుబ్బారావు

' మా నాన్న తలుచుకోవాలే గాని ఒక్క ఫోను కొట్టాడంటే ఒక్క బ్లేడు కాదు వెయ్యి బ్లేడులు తెచ్చి మీ మొహాన కొడతారు తెలుసా..' అంది సుందరి.

'కొంపతీసి మీ నాన్నకి ఏవన్నా బ్లేడు కంపనీ ఉందా' అన్నాడు సుబ్బారావు.

'ఫీలవ్వకు. నీకు కావాల్సింది బ్లేడేగా' అంటూ సెల్ తీసి షాప్ వాడికి ఫోన్ చేసి చెప్పాడు నీలకంఠం.

ఇంతలో సుందరి కాఫీ తీసుకొచ్చి ఇద్దరికీ ఇచ్చింది. నీలకంఠం తీసుకున్నాడు.

సుబ్బారావు తీసుకుని కాఫీ తాగబోయాడు. గడ్డానికి ఉన్న నురగ కాఫీలో పడింది.

కాఫీలో నురగ చూసి 'ఇది గడ్డం సబ్బు నురాగా? కాఫీ నురగా ? 'అంటూ తాగి...'ఛీ .. ఇది సబ్బు నురగే..'అంటూ నురగ తీసి తాగి 'అంతా సబ్బు వాసన.. తూ.' అంటూ వుమ్మేసాడు.

నీలకంతం సీరియస్ గా వున్నాడు. ఈలోగా షాపు వాడు బ్లేడు తెచ్చి ఇచ్చాడు.

' బ్లేడు తెప్పించానుగా.. వెళ్లి గడ్డం గీసుకో. నురగ ఆరిపోయి దిష్టి .... (అనబోయి ఆగి) వద్దులే... వెళ్లి గడ్డం గీసుకో.' అన్నాడు సుబ్బారావు.

సుబ్బారావు సీరియస్ గా చూసి బ్లేడు పట్టుకుని ' మావా నీకు, నీ బ్లేడుకి ఓ నమస్కారం. నాకు అక్కర్లేదు. సుందరి, ఆరు నూరైనా..నూరు ఆరైనా.. మీ నాన్న నాకు సారీ చెప్పే వరకు నేను గడ్డం గీసుకోను. ఇదే నా ప్రతిజ్ఞ, ప్రతిజ్ఞ' అంటూ బ్లేడు నీలకంతం ముందు పడేసి వెళ్లి పోయాడు.

రెండు రోజులు సుబ్బారావు, నీలకంతంలు ఒకరికొకరు ఎదురు పడినా మాట్లాడుకోలేదు. అలాగే గడ్డం గీసుకోకుండా ఊరు వెళ్ళిపోయాడు సుబ్బారావు.

***

అల్లుడు మావల గొడవ జరిగి ఆరు నెలలు అయ్యింది. సుబ్బారావుకి గడ్డం పెరిగింది కాని నీలకంతం సారీ చెప్పలేదు.

మళ్ళీ దసరా పండగలకి ఇంటికి పిలిచాడు నీలకంతం.

మాసిన పొడుగు గడ్డంతో సుందరితో సహా వచ్చాడు సుబ్బారావు. నీలకంతం ఆశ్చర్య పోయాడు.

' అమ్మాయి ...మాసిన గడ్డంతో అసహ్యంగా వున్నాడు. గీసుకోమని చెప్పు.' అన్నాడు నీలకంతం

'నాన్నా .. నువ్వు సారీ చెప్పలేదని ఇన్ని రోజులు గడ్డం గీసుకోకుండా వున్నారు' అంది సుందరి నీలకంతంతో.

' అవును నువ్వు సారీ చెబితే చాలు. ఇప్పుడే .. వెంటనే గీసేస్తా.' అన్నాడు సుబ్బారావు.

నీలకంఠం ' నేను చెప్పను.' అన్నాడు.

' చెప్పేవరకు నేను గియ్యను' అన్నాడు సుబ్బారావు.

' నేను గీస్తాను.' అన్నాడు నీల కంఠం.

' నువ్వు గీస్తావా .. అయితే ఓకే..' అన్నాడు సుబ్బారావు.

'నాన్నా! నువ్వు గీస్తావా .' అంది సుందరి

' అంటే.. అది.. నేను గియ్యను.. గీయిస్తా..' అన్నాడు నీల కంఠం.

' నీ తరం కాదు.' అన్నాడు సుబ్బారావు.

' చూడు రెండు రోజుల్లో నీ గడ్డం గీయించక పోతే నా పేరు నీలకంఠం కాదు. పేరు మార్చుకుంటా .. ఇదే నా ఛాలెంజ్' అన్నాడు నీల కంఠం.

' పేరు మార్చుకోడానికి రెడీగా వుండు' అంటూ అక్కడినుంచి వెళ్ళిపోయాడు సుబ్బారావు.

' ఆవేశం లో చేశా.. ఇప్పుడు నేను నెగ్గాలి.లేకపోతే నేను అల్లుడికి చులకనయి పోతా.. ఎలా' అంటూ ఆలోచనలో పడ్డారు.

బయట ఒక పోలీస్ వేన్ ' మీకు మీ చుట్టు పక్కల అనుమానాస్పద వ్యక్తులు గాని, వస్తువులు గాని కనబడిన వెంటనే వాటికి దూరంగా జరిగి దగ్గరలో వున్న పోలీసులకి తెలియ చేయండి. లేదా వందకి డయల్ చెయ్యండి.' అంటూ అనౌన్స్ చేసుకుంటూ వెళ్తోంది. నీలకంఠంకి ఒక ఆలోచన వచ్చి బయటికి వెళ్ళాడు.

***

గదిలో రూమ్ లో వెతుకుతూ ' సుందరి.. సుందరి..ఇక్కడ టేబుల్ మీద విజటింగ్ కార్డ్ పెట్టా ఏవయింది'. అంటూ అడిగాడు సుబ్బారావు.

' అదా.. ఇల్లు వూడ్చి చెత్తంతా బయట పోసాను.' అంటూ చెప్పింది సుందరి.

' చెత్తలో విజటింగ్ కార్డు కనిపించ లేదా..' అన్నాడు సుబ్బారావు

' చూడలేదు. కాకపోతే ఆ చెత్త ఇంటి బయట చెత్త కుండీలో పోశా' అంది సుందరి. .

' ఖర్మ .' అంటూ విసుక్కుంటూ బయటికి వెళ్లి బయట ఉన్న చెత్తకుండీలో మెమరీ కార్డ్ కోసం వెతుకు తున్నాడు. సుబ్బారావు..

ఇంతలో పోలీస్ వాన్ వచ్చి ఆగింది. అందులోంచి ఎస్.ఐ. కూర్మారావు, పోలీసులు దిగారు.

కూర్మారావు మేడ పైనున్న నీలకంఠంని చూసాడు. నీలకంఠం అతనే అన్నట్టు సైగ చేసాడు.

కూర్మారావు పోలీసులు సుబ్బారావుని చుట్టూ ముట్టారు.

సుబ్బారావు షాక్.

కూర్మారావు ' ఎవర్రా నువ్వు.. ఇక్కడ ఏం చేస్తున్నావు.' అంటూ అడిగాడు.

' మెమరీ కార్డ్ కోసం వెతుకుతున్నా.' అంటూ వినయంగా చెప్పాడు సుబ్బారావు.

' మెమరీ కార్డా ... ఇక్కడ దొరుకుతుందా ' అన్నాడు కూర్మారావు

'అంటే అది..' అంటూ ఏదో చెప్ప బోయాడు.

' ఏంటిరా . అది.. ఇది.. నీ ఫేస్ ఏంటి. దానికి ఆ గడ్డం ఏంటి. ఏ వూరు నీది.' అంటూ అడిగాడు కూర్మారావు

' ఈ ఊరే...సార్ 'అన్నాడు సుబ్బారావు.

' సార్ వీడిని చూస్తుంటే ఉగ్రవాదిలా కనబడుతున్నాడు సార్' అన్నాడు కూడా వచ్చిన కానిస్టేబుల్.

సుబ్బారావు షాక్.

' నేను ఉగ్రవాది లా కనబడటం ఏంటి సార్. నాపేరు సుబ్బారావు . అదిగో కనిపించేదే మా ఇల్లు. మా కంపనీ విజిటింగ్ కార్డ్ మా ఆవిడ బయట పారేస్తే వెతుక్కుంటున్నా.' అన్నాడు సుబ్బారావు.

' సార్ . వీడు తెలుగు కూడా బాగానే మాట్లాడుతు ఇంత క్లియర్ గా మనకి కథ చెప్పాడు అంటే మనదేశంలోకి వచ్చి చాలా రోజులై వుంటుంది సార్ ' అన్నాడు కానిస్టేబుల్.

' నేను తెలుగు వాడినే సర్. నాకు అ ఆ లు కూడా వచ్చు. కావాలంటే చెబుతా చూడండి. అ – అమ్మ, ఆ --ఆవు. ఇ ఇల్లు. ఈ .. ఈగ. ఉ.. అంటే.. ఉ అంటే ' ఆగాడు సుబ్బారావు.

' ఉ.. ఉగ్రవాది' అన్నాడు కూర్మారావు .

సుబ్బారావు షాకయ్యి భయపడుతూ ' ఉ అంటే ఉగ్రవాది కాదు సర్ .. ఉ... ఉడుత. ఊ ఊయల.' అంటూ పైకి చూసి ' అదిగో ఆ ఇల్లు మా మావగారిదే. నేనే ఆయన ఇంటి అల్లుడిని. కావాలంటే అడగండి' పండక్కి పిలిస్తే వచ్చా అన్నాడు.

' ఆ ఇల్లు మీ మావగారిదా..' అంటూ అనుమానంగా చూసి 'పద.. అడుగుదాం. ఆయన సరే అంటే బతికి పోతావు. కాదనుకో ఖతం అయిపోతావు .. టు నాట్ ఫోర్ వాడ్ని తీసుకురా' అంటూ వెళ్ళాడు కూర్మారావు.

పోలీసులు సుబ్బారావుని చెరో రెక్కా పట్టుకుని తీసుకువెళ్ళారు.

కూర్మారావు నీలకంఠంని పిలిచాడు. లోపల నుంచి నీలకంఠం వచ్చాడు.

కూర్మారావు సుబ్బారావుని చూపించి 'వీడు ఎవడో మీకు తెలుసా.. అడిగితే మీ ఇంటి అల్లుడ్ని అంటున్నాడు. ' అన్నాడు

' లేదండి.. వీడు రెండు రోజుల నుంచి మా ఇంటిముందు తచ్చాడుతుంటే నేనే మీకు ఫోన్ చేద్దామనుకున్నా. ఇంతలో మీరే వచ్చారు.' అన్నాడు.

సుబ్బారావు షాకయ్యి తేరుకుని ' మావయ్యా..' అంటూ అరిచి ' ఆయన అబద్దం ఆడుతున్నాడు . మా ఆవిడని పిలుస్తాను అడగండి' అంటూ పిలవబోయాడు.

నీలకంఠం వెంటనే ' అమ్మాయి' అంటూ పిలిచాడు.

లోపల నుంచి సుందరి వచ్చి సుబ్బారావు ని చూసి ' నాన్న ఇతనెవరు... ఆ గడ్డం అదీ . ఉగ్రవాది లా వున్నాడు.' అంది భయపడుతూ .

' నీ భయం తగలెయ్యా.. నేను ఉగ్రవాదిని కాదే..నేను' అన్నాడు సుబ్బారావు.

' ఏంట్రా.. ఏదో పెళ్ళాన్ని పిలిచినట్టు పిలుస్తున్నావు. పళ్ళు రాలతాయి.' అంది సుందరి.

'అబ్బా నేనేనే . సుబ్బారావుని, నీకు మొగుడిని.. మీ అమ్మకి నాన్నకి ,అల్లుడిని.' అన్నాడు సుబ్బారావు.

' అల్లుడివా. ఎవరికీ .. సార్ ఇతను మా అల్లుడు కాదండి..మా అల్లుడు ఇలా ఉగ్రవాదిలా వుండడు. చాలా అందంగా ఉంటాడు.కావాలంటే చూడండి. సుందరి మీ ఆయన ఫోటో పట్టుకురా' అన్నాడు నీలకంఠం.

సుందరి ' అలాగే' అంటూ లోపలి వెళ్ళి ఫోటో తెచ్చి ' చూడండి సార్..' అంటూ ఎస్ ఐ కి ఇచ్చింది.

కూర్మారావు ఫోటో చూసి ' ఎవరమ్మా? ఇతను ఇంత అందంగా వున్నాడు.'

సుందరి ' ఆయనే మా ఆయన.'అంటూ సిగ్గు పడింది.

'నీ సిగ్గు బొగ్గు కాను. అది నేనే సార్.' అన్నాడు సుబ్బారావు.

కూర్మారావు ' షటప్ వీడికి నీకు పోలికేంటిరా.' అన్నాడు కోపంగా

' సార్ .. ఈ గడ్డం అడ్డంగా వుండటం వల్ల మీరు గుర్తు పట్టలేక పోతున్నారు. కావాలంటే ముక్కు, చెవులు, కళ్ళు చూడండి అ ఫోటోలో లాగే వుంటాయి.' అన్నాడు సుబ్బారావు.

కూర్మారావు ఫోటో ని సుబ్బారావుని మార్చి మార్చి చూసి ‘ లేదురా. చాలా తేడా వుంది.’ అన్నాడు.

‘ సార్ ఒక ఐడియా ... వీడి గడ్డం తీసేసి చూద్దాం . ఫోటోలో వున్నవాడు. వీడు ఒకేలా వుంటే ఓకే. లేకపోతే మళ్ళీ అంత గడ్డం పెరిగే వరకు సెల్లో వేసి కుమ్మిదాం. అప్పుడు కేసు రాద్దాం.’ అన్నాడు కానిస్టేబుల్ .

‘అవును.సార్. ఆ పని చెయ్యండి.’ అన్నాడు నీల కంఠం.

‘ నో.. నా గడ్డాన్ని తియ్యడానికి వీల్లేదు.’ అన్నాడు సుబ్బారావు.

‘ఏం బాబు.. ఎందుకు’ అన్నాడు కానిస్టేబుల్

‘ దొరికిపోతాడని భయం అనుకుంట సార్’ అన్నాడు నీల కంఠం.

‘ భయం కాదు సార్.. గడ్డం తీస్తే నేను ఓడిపోతాను. మా మావగారు సారీ చెప్పేదాకా నేను తియ్యను అని చాలెంజ్ చేశా. కావాలంటే మా ఆవిడని అడగండి.’ అన్నాడు.

‘వీడు నా అల్లుడు కాదు. ఎస్సై గారు..వాడిని తీసుకు పొండి.’ అన్నాడు నీల కంఠం

‘సార్ వాళ్ళు అబద్ధం ఆడుతున్నారు’ అన్నాడు సుబ్బారావు దీనంగా.

‘ ఓకే. ఇక నీకు రెండే దారులు. గడ్డం తీసి ఫోటోలో ఫేసు.. నీఫేసు ఒకటా కాదా చూడటం. లేక పోతే ఇలాగే అరెస్టు చేసి తీసుకెళ్ళడం. ఏవంటావు.’ అన్నాడు కూర్మారావు

‘ నేనొప్పుకోను.’ అన్నాడు సుబ్బారావు.

‘ వాడిని అడిగేదేంటి సార్.. వెంటనే గడ్డం తీసి చూద్దాం. అయితే ఆయనకి అల్లుడు. కాకపోతే మనకి అల్లుడు.’ అన్నాడు కానిస్టేబుల్.

‘ కరక్ట్! వెంటనే బార్బర్ ని పిలిపించు.’ అన్నాడు కూర్మారావు

పోలీస్ బార్బర్ కోసం వెళ్ళాడు.

ఇంతలో మరొక ఎస్.ఐ. అవతారం కానిస్టేబుల్ కనకారావు ఇద్దరు బైక్ మీద వచ్చారు.

అక్కడే వున్న కూర్మారావుని చూసి అవతారం నీలకంఠంతో ' ఏంటి సార్. మా బాస్ మమ్మల్ని పంపిస్తారని మీకు చెప్పారుటగా . కాకపోతే దారిలో బైక్ పంచర్ అవ్వడం వల్ల కాస్త లేట్ అయ్యింది. ఈ మాత్రానికే ఇంకొకళ్ళని పిలవాలా? అన్నాడు అవతారం.

'బాస్ ఏంటి? పిలవడం ఏంటి.. ఏ స్టేషన్ రా మీది.' అడిగాడు కూర్మారావు అవతారాన్ని.

' అంటే మీరు ..వాళ్ళు కాదా' అంటూ అనుమానంగా అడిగాడు నీలకంఠం కూర్మారావుని

' వాళ్ళు ఏంటి. నేను టు టవున్ పోలీస్ స్టేషన్ ఎస్.ఐ. కూర్మారావుని. అసలు ఏం జరుగుతోంది ఇక్కడ.' అన్నాడు కూర్మారావు. నీలకంఠం భయపడ్డాడు. ఇంతలో కానిస్టేబుల్ బార్బర్ బాస్కర్ తో వచ్చాడు.

బాస్కర్ ఎస్.ఐ. డ్రెస్ లో పోలీస్ డ్రెస్ లో వున్న అవతారాన్ని, కనకారావుని చూసి ఏంట్రా అవతారం, కనకం ఈ డ్రెస్ లో వచ్చారు, ఏంటి సంగతి.' అంటూ అడిగాడు భాస్కర్

'ఏంట్రా.. ఇంతకి ఎవరు మీరు? .. ఈ పోలీస్ డ్రెస్ ఏంటి? ఎందుకు వచ్చారు' అంటూ అడిగాడు' కూర్మారావు అవతారాన్ని.

అవతారం, కనకారావులు భయపడుతూ 'సార్ పక్క స్ట్రీట్ లో వున్న బార్బర్ షాప్ మాది. నాపేరు అవతారం, వీడు నా తమ్ముడు కనకారావు , ఈయన మా షాప్ కి వచ్చి ఒకతనికి గడ్డం గీయాలి. కాకపోతే పోలీస్ డ్రెస్ లో రావాలి. అలా చేస్తే రెండు

వేలు ఇస్తామన్నారు. డబ్బుకి ఆశపడి వచ్చాం. అంతే గాని ఇందులో మాకేం సంబంధం లేదు. క్షమించండి' అంటూ పారిపోయారు.

'విన్నారా, సార్ మా మావ నాకు సారీ చెప్పకుండా ఉండటానికి ఎంత క్రిమినల్ గా ఆలోచించాడో. ఇప్పుడు చెప్పండి ఉగ్రవాది నేనా.. ఆయనా?' అన్నాడు సుబ్బారావు కోపంగా.

'అల్లుడూ. కొంచెం తగ్గు.. నువ్వు ఆయన్ని అనవసరంగా రెచ్చ గొడుతున్నావు. ఊరుకో.' అన్నాడు నీలకంఠం బతిమిలాడుతు.

'సార్. మీరు నిజంగా ఎస్.ఐ యేనా లేకపోతే మా మావ పెట్టిన మరో బార్బరా ' అడిగాడు సుబ్బారావు.

'షటప్. నిజంగా నేను టు టవున్ ఎస్.ఐ నే. పెట్రోలింగ్ చేస్తూ చెత్తకుండీ దగ్గర నిన్ను చూసి అనుమానం వచ్చి వచ్చాం.' అన్నాడు కూర్మారావు.

'సార్ ఇంతకీ నన్నెందుకు రమ్మన్నారు.' అడిగాడు భాస్కర్.

'ఏంటి.. మీకు పోలీసులంటే చాలా ఎటకారంగా వున్నట్టుందే' అన్నాడు నీలకంఠం తో కూర్మారావు.

'సారీ సార్. ఇలా జరుగుతుందని అనుకోలేదు. అతను మా అల్లుడే.' అన్నాడు నీల కంఠం

'అవునండి ఆయన మా ఆయనే' అంది సుందరి.

' అల్లుడిని ఆట పట్టిద్దామని ' అంటూ ఆగాడు నీల కంఠం.

'పోలీసులతో ఆడుకుంటున్నారా, ఏవమ్మా ఇలాగేనా భర్తని చూసుకునేది' అన్నాడు కూర్మారావు ఇద్దరితో.

' క్షమించండి. మా నాన్న చెబితే' .. అంటూ ఆగింది సుందరి.

'సారీ సార్. ఇంకెప్పుడూ ఇలా చెయ్యను' అన్నాడు నీల కంఠం.

‘ అ చెప్పే సారీ ఏదో మీ అల్లుడికి చెప్పండి. లేకపోతే’ అంటూ ఆగాడు కూర్మారావు.

‘సారీ అల్లుడూ’ జరిగిందేదో జరిగి పోయింది. ఇవేం మనసులో పెట్టుకోకు’ అన్నాడు.

‘నేనే గెలిచా.. కాదు నన్ను గెలిపించారు ఎస్.ఐ గారు. చాలా థాంక్స్.’ అన్నాడు సుబ్బారావు.

‘ఇంకోసారి ఇలాంటి పిచ్చి వేషాలు వేశారు అంటే ఫ్యామిలి మొత్తాన్ని లోపలేస్తా. జాగ్రత్త. భాస్కర్. ఆయన సంగతి చూసుకో’ అంటూ వెళ్ళిపోయారు. కూర్మారావు బాచ్.

‘నాన్నా! ఆయనకి ఒక్కసారి ‘సారీ’ చెబితే పోయేదానికి పోలీసుల దాకా తెచ్చావు. వాళ్ళకి కూడా సారీ చెప్పావు. నా చేత కూడా చెప్పించావు. ’ అంటూ విసుక్కుంటూ లోపలకి వెళ్ళిపోయింది సుందరి.

‘మావా చూసావా నీ చేత ఎలా సారీ చెప్పించుకున్నానో. అవును ఏం పేరు పెట్టుకుంటావు. వద్దులే పెద్దాడివి. అందులో మేనమామవి.’ అని భాస్కర్ ని చూసి ‘భాస్కర్ బాబూ,రా !గడ్డం గీద్దువు రా’ అంటూ లోపలకి వెళ్ళాడు.

నెగ్గింది ఎవరో తెలియక జుట్టు పీక్కున్నాడు నీలకంఠం.

పండుగ పదనిసలు

ఇందిరా రావు షబ్నవీస్
హైదరాబాద్
Ph: 9989988226

"ఈ ఒక్కసారి వెళదామా?" అర్థిస్తున్నట్టుగా అడిగింది అపర్ణ.

ఏం మాట్లాడలేదు వంశీ.

"ప్లీజ్..." కాసేపాగి మళ్ళీ అంది.

లాప్టాప్ లో చేస్తున్న పని ఆపి, ఆమె వైపు చూస్తూ "నీకు తెలుసు నేనెందుకు రానంటున్నానో? మళ్ళీ ఎందుకు పదే పదే అడుగుతావు?"అన్నాడు విసుగ్గా.

"కిందటిసారి ఏదో జరిగిందని మళ్ళీ మళ్ళీ అలాగే జరగదు కదా, నేను చూసుకుంటాను." అంది నచ్చచెప్తున్నట్టు.

"మీ వాళ్ళ సంగతి నాకు తెలుసు, వాళ్ళు ఎంతసేపు మీ బావగారినే గానీ నన్ను పట్టించుకోరు? అన్నాడు కోపంగా.

"ప్లీజ్, ఆలా అనొద్దు, కిందటిసారి లాగ జరగకుండా చూసుకుంటాను. అమ్మ కూడా అదే అంది. ఈ ఒక్కసారి నాకోసం..."అంది.

చాలా సేపు మాట్లాడలేదు వంశీ. ఏమనుకున్నాడో "సరే, నీ ఇష్టం, కానీ నాకు నచ్చకపోతే మాత్రం...అని మాట పూర్తి చేయకుండా విసుగ్గా అక్కడనుంచి లేచి వెళ్ళిపోయాడు.

'అమ్మయ్య, ఒప్పుకున్నాడు అదే చాలు. ఈసారి అయినా కొంచెం జాగ్రత్తగా

ఉండమని చెప్పాలి అమ్మ నాన్నలతో. కిందటి సారి పండక్కి వెళ్ళినప్పుడు జరిగినదంతా గుర్తుకొచ్చింది అపర్ణకు.

పల్లెటూరులో సంక్రాంతి అంటే కేవలం పండుగ కాదు...అది ఒక ఋతువుల పండుగ, నింగి, నేల, మనిషి, పశువులు కలిసి ఆనందించే రోజు. భోగి ముందురోజు నుంచే మట్టిగడపలు కడుగుతారు, తెల్లని బియ్యపిండితో గడప ముందు పెద్ద పెద్ద ముగ్గులు, పూలు, దీపాలతో పల్లె అంతా అందంగా మెరిసిపోతుంది. భోగి పండుగ నాడు చలి పొద్దులో భోగిమంటల చుట్టూ పిల్లల సందడి, నవ్వులు. పాత కోపాలు, పాత బాధలు అగ్నిలో కాలిపోవాలన్న నమ్మకం...

సంక్రాంతి రోజు సూర్యుడు భూమికి దిగివచ్చినట్టే ఉంటుంది ఆ ఉదయం. ఇళ్లలో కొత్త బియ్యం వాసన, పసుపు, కుంకుమ రంగులు, గుమ్మడికాయలు, గొబ్బిళ్లతో ఇంటిల్లిపాది పండుగ హడావిడి లో ఉంటారు. పొలం నుంచి వచ్చిన పంట తలుపు ముందు నిండితే అది కేవలం ధాన్యం కాదు, ఒక ఏడాది కష్టం ఫలితం. పశువుల మెడలో గంటలు, కాళ్లకు కంకణాలు, పశువులకూ పండుగే. పిల్లల ఆనందం ఆకాశంలో ఎగిరే గాలిపటాలు, వీధుల్లో పరుగెత్తే నవ్వులు, పల్లె మొత్తానికి ఒకే సంగీతం.

కనుమ నాడు పల్లె మొత్తం ఒకే కుటుంబం. బంధువులు, స్నేహితులు, పొరుగువాళ్లు అంతా ఒక్కచోట. బండి,ఎద్దుల పోటీలు, సంక్రాంతి పల్లెటూరులో ఇలా ఉంటుంది. డబ్బుకు విలువ ఉండదు, బంధానికి మాత్రమే విలువ ఉంటుంది. అన్నం తినే చేతులన్నీ ఒకటే, నవ్వే ముఖాలన్నీ ఒకటే.

వెంకటేశ్వరరావు గారు, సీతమ్మ గారికి ముగ్గురు పిల్లలు. పెద్ద అమ్మాయి సువర్ణ, తరువాత అపర్ణ, అబ్బాయి విజయ్. పెద్ద అమ్మాయి సువర్ణ పెళ్లి రాజారావుతో చేసారు మూడు ఏళ్ళ కింద. ఆయనే మన హీరో. అపర్ణకి వంశీతో కిందటి సంవత్సరం

పెళ్లి అయింది. వంశీ హైదరాబాద్ లో ఒక MNC లో సాఫ్ట్వేర్ ప్రోగ్రామర్. విజయ్ కు ఇంకా పెళ్లి కాలేదు. వాళ్ళు రాజమండ్రి దగ్గర ఒక పల్లెటూరులో ఉంటారు.విజయ్ పల్లెలో తల్లి, తండ్రుల ను చూసుకుంటూ, సేద్యం, ఆర్గానిక్ పంటలు పండిస్తాడు.

అక్కడి సంక్రాంతి వేడుకలు చూడాలి కానీ చెప్పతరం కాదు. మూడు రోజులు ముగ్గులు, గొబ్బెమ్మలు, పసుపు కుంకుమలు, పేరంటాళ్లు, పిండి వంటలు, కొత్త బియ్యం, పొంగలి, పులిహోర,ఎన్నెన్నో పిండివంటలు. అబ్బో! ఎంత సందడి? హడావిడి? ఇవన్నీ చెప్పి వంశీని బయలుదేరతీసింది. అలాగే తన బావగారు రాజారావు వాళ్ళు కూడా వస్తున్నారు, అని ఇంక రాజారావు బావ గురించి చెప్పింది చెప్పకుండా చెప్పింది. అలాంటి మహానుభావుడు ఇంకెవరూ లోకంలోనే లేడు అన్నట్టే!

సరే ఆ పెద్దమనిషిని చూడాలని వంశీ కూడా ఆసక్తి చూపించాడు. వీళ్ళ పెళ్ళికి సెలవు దొరక్క రాలేదు ఆ మహానుభావుడు. కానీ పెళ్ళైన రోజు నుండి రోజూ, అతని గుణగణ విశేషాలు అపర్ణ మాట్లాడుతుంటే వినలేక చస్తున్నాడు. ఆ పేరు వినగానే భగవన్నామస్మరణే అపర్ణకు. మా రాజారావు బావ ఉన్నారు చూసారు... అని మొదలు పెట్టిందంటే ఇంక ఆపడం ఆ భగవంతుని తరం కూడా కాదు. అలాంటి మహానుభావుని చూసి, తరించే సమయం ఆ సంక్రాంతికి వచ్చింది వంశీకు.

మొదటి సంవత్సరం, పెళ్లి అయ్యాక మొదటి పండుగ, అల్లుడిని రమ్మని మర్యాదగా పిలిచారు అత్తారింటివారు. వంశీ కి కూడా చాల ఉత్సాహంగా, ఉల్లాసంగా అనిపించింది. అందులో అల్లుడి హోదాలో వెళుతున్నాడు. ఆఫీస్ లో కూడా అందరు 'ఆహా! కొత్త అల్లుడు, ఓహో! కొత్త అల్లుడు, ఇంక మహారాజ వైభోగమే అత్తారింట్లో' అంటూ ఆటలు పట్టించారు. ముసిముసి నవ్వులు నవ్వుకున్నాడు.

ఇద్దరు మొత్తానికి బయలుదేరారు. స్టేషన్ కి పెద్ద కార్, లేకపోతే సినిమాల్లో లాగా అలంకరించిన బండి పంపుతారని ఆశగా చూసిన వంశీకి స్టేషన్ లో ఎవరు లేకపోవడం చూసి నిరుత్సహపడ్డాడు. స్టేషన్ లో అందరు వెళ్లిపోయారు, రైలు కదిలిపోయింది, స్టేషన్ బయట కూడా ఒకటో, రెండో గూడు రిక్షాలు తప్ప ఇంకేవి లేవు. ఎన్నిసార్లు చెప్పినా తండ్రి ల్యాండ్ లైన్ తప్ప మొబైల్ ఫోన్ కొనడానికి ఇష్టపడలేదు. ఎంత ట్రై చేసినా ల్యాండ్ లైన్ ఫోన్ ఎవరూ ఎత్తలేదు. “అది మరి పాడయిందేమో” అంది అపర్ణ. ఇంక చేసిందేం లేక 'సరే ఇదే రిక్షాలో పోదాం' అని ఇద్దరు ఆ సామానుతో ఇరుక్కొని రిక్షాలో కూర్చున్నారు.

అలాంటి వాటిల్లో ప్రయాణం అలవాటు లేక ఒళ్ళంతా పచ్చి పుండులా అయింది వంశీకు. అన్నీ కుదుపులే, గుంతలే. అపర్ణ మాత్రం, తమ పొలాలు, చెట్లు , చిన్న సెలయేరు అన్ని చూసి చిన్న పిల్లలా సంతోషపడిపోతోంది. తమ చిన్నప్పటి కబుర్లు ఆపకుండా చెప్తోంది.

"అదిగో అక్కడ వేణుగోపాల స్వామి గుడి, నేను , కాము, సుమ మేమందరం చెట్టు కింద కురిసిన బొగడ పూలు ఏరుకొని కట్టి స్వామికి వేసేవాళ్ళం, ఇక్కడ మా మంగ పిన్ని ఇంటి నుండి అరిసెలు తెచ్చేవాళ్ళం... ఇలా సాగుతోంది కానీ వంశీకి నడుము నొప్పితోను, అవమానంతోను ఒళ్ళు భగ భగ మండుతోంది. మొదటిసారి అల్లుడు వస్తుంటే ఎవరు రాలేదు అని. మొత్తానికి అలాగే కోపంతో రగిలిపోతూ ఇంటికి చేరుకున్నారు. ఇంటికి వెళ్లేసరికి మామగారు ఇంట్లో లేరు. అత్తగారు వంటింట్లో అవస్థ పడుతోంది. బావమరిది అర్జెంటు పని మీద పట్నం వెళ్ళాడుట. రేపు వస్తాడుట.

తల్లి వీళ్ళని చూసి గబా గబా పరిగెత్తుకొచ్చింది. "అయ్యో, రండి...రండి”అంటూ.

"ఏంటి అమ్మ? నాన్న కారు పంపిస్తారనుకున్నాను స్టేషన్ కి"అంది కొంచెం నిష్టూరంగా అపర్ణ.

"కారు పాడయిందమ్మా, నాన్న మన వీరిగాడిని పంపిద్దామనుకున్నారు కానీ వాడికి జ్వరం. అయినా ఆయనకు ఈమధ్య ఏ సంగతి గుర్తు ఉండటం లేదు, ఈ హడావిడిలో మర్చిపోయారనుకుంటాను, ఏమి అనుకోకండమ్మా, అల్లుడు గారు, రండి, రండి"అని తల్లి బోలెడు క్షమాపణలు చెప్పింది, స్టేషన్ కు రాలేకపోయినందుకు బాధపడుతూ. అల్లుడి కోపాన్ని మొత్తానికి కొంచెం కరిగించింది.

ముందు వేడి కాఫీ ఆపైన స్నానం చేసాక మల్లెపువ్వు లాంటి ఇడ్లీలు,వడలు, సాంబారు, కొబ్బరి పచ్చడి, ఒక స్వీట్ తిని మళ్ళీ కాఫీ తాగాక కొంచెం సర్దుకున్నాడు వంశీ .

కాసేపటికి మావగారు కూడా వచ్చి తన మతిమరుపుకు అల్లుడిని క్షమాపణలు అడిగాడు. అంత పెద్దాయన చేతులు పట్టుకొని అంటుంటే వంశీ కూడా కదిలి పోయాడు.

"ఛ, ఛ... అదేం లేదండి"అని ఆయన్ని పెద్ద మనసుతో క్షమించేసాడు.

"ఇంతకు అసలు హీరో ఏడి? అని అడిగాడు అపర్ణని.

"అయ్యో, బావగారు ఇవాళే రావలిసిందిట, కానీ ఏదో అర్జెంటు పని వచ్చి అక్క వాళ్ళ ఊళ్ళో, ఆయన అవసరం ఉంది, ఒక్కరోజు వాళ్ళు పోస్టుపోన్ చేసుకోమంటే ఉండిపోయారుట. రేపు తప్పకుండా వస్తాను అన్నారుట"అంది గర్వంగా.

ఆ రోజు కూడా అల్లుడి మర్యాదలు చాల ఘనంగానే జరిగాయి వంశీకి. మరునాడు వంశీ లేచేసరికి ఇల్లంతా చాల హడావిడిగా ఉంది. తోరణాలు, పువ్వులు, పిండివంటలు.. 'ఇదంతా పండుగ హడావుడే?' అనుకున్నాడు వాళ్ళ హడావిడి చూసి.

అందరు కొంపలు మునిగిపోతున్నట్టు అటు ఇటు పరిగెట్టడాలు, ఇల్లంతా శుభ్రం, ఒకరినొకరు లక్ష ప్రశ్నలు వెయ్యడం, 'అది చేసావా? ఇది బావకి ఇష్టం, అయ్యో పెద్దల్లుడు అలా ఉంటే ఒప్పుకోడేమో?' అన్న మాటలు విని 'ఓహో! ఇదంతా పండుగ హడావిడి కాదన్నమాట, పెద్దల్లుడి ఆహ్వాన వేడుకలు అన్నమాట' అనుకున్నాడు పళ్ళు కొరుక్కుంటూ. అనకూడదు కానీ చూడని ఆ పెద్దల్లుడి పేరు వింటుంటేే అరికాలి మంట నెత్తి కెక్కుతోంది వంశీకి. సరే గుమ్మంలో పూలతో అలకరించిన కారు ఆగింది. అందులోంచి సన్నగా పీలగా ఉన్న వ్యక్తి దిగాడు. అపర్ణ, వాళ్ళ అమ్మ, హారతి పట్టుకొని ఎదురు వెళ్లారు.

"ఏంటి అప్పు ఇవన్నీ? నేనేమన్నా కొత్త పెళ్ళికొడుకునా?"అన్నాడు అతను నవ్వుతూ.

చెప్పొద్దూ, అతని ఆకారం చూసి ఏదో ఊహించుకున్న వంశీకి చాలా నిరాశ కలిగింది.

'ఈ బక్క చిక్కిన మానవుడి కోసమా ఇంత తతంగం, హడావిడి?' అనుకున్నాడు. అతను లోపలికి వచ్చేవరకు అందరు ఇంచుమించు అడుగులకు మడుగులు వత్తుతున్నట్టే ప్రవర్తించారు. లోపలికి వచ్చాక వంశీ దగ్గరికి వచ్చి "హాలో! మీరేనా వంశీ అంటే?"అన్నాడు కొంచెం దర్పం చూపిస్తూ.

"అవును"అన్నాడు వంశీ ముభావంగా.

"నేను మిమ్మల్ని ఇంకోలా ఊహించుకున్నాను"అన్నాడు కింద నుండి పైకి నఖశిఖ పర్యంతం వంశీని చూస్తూ.

"నేను కూడా మిమ్మల్ని వేరే లాగే ఊహించుకున్నాను"అన్నాడు వంశీ అదే టోన్ లో.

కొంచెం ఆశ్చర్యంగా చూసాడు రాజారావు. 'ఇంతవరకు ఎవరు ఇతనికి ఇలా

ఎదురు జవాబు ఇయ్యలేదేమో' అనుకున్నాడు వంశీ. అతను వచ్చిన దగ్గరనుండి అందరికి, అన్నీ ఆర్థిక సంబంధమైన సలహాలే. అపర్ణ ఇదివరకే చెప్పింది. 'అసలు ఇండియాకి ఫైనాన్స్ మినిస్టర్ అవవలసిన తెలివితేటలు మా బావగారిలో ఉన్నాయి. ఎవరికి ఇన్వెస్ట్మెంట్ సలహాలు కావాలి అన్నా ఆయన దగ్గరకే వస్తారు' అని.

'అబ్బో!' అనుకున్నాడు వంశీ. ఇంక అత్తగారు మావగారు చెప్పనక్కరలేదు,

"పెద్ద అల్లుడిగారు, నిన్న మన పక్కింటి రఘు ఎక్కడో స్థలం కొనాలి అనుకుంటున్నాడట మిమ్మలిని ఒకసారి అడిగి... "అనో లేదా "మా పిన్నత్తగారి అల్లుడు హైదరాబాద్ లో ఏదో కంపెనీలో ఇన్వెస్ట్ చేద్దామనుకుంటున్నాడుట, మీ సలహా కోసం ఇవాళ వస్తాడుట," అనో... అన్నీ ఇలాంటివే.

పొద్దునే పల్లె అంతా చలిగాలిలో తడిమినట్లుగా నిశ్శబ్దంగా ఉంది. ఇంకా సూర్యుడు పూర్తిగా పైకి రాకముందే ఇళ్ల ముందు ముగ్గుల తెల్లదనం మెరిసిపోతోంది. గడప ముందు గొబ్బిళ్లు, వాటి మధ్య నిలిచిన చిన్న దీపాలు...ఎక్కడో ఒకచోట భోగి మంట మెల్లగా పొగలు వదలుతోంది. ఆ పొగ వాసనలోనే కొత్త బియ్యం ఉడుకుతున్న వాసన కలిసిపోతుంది. పల్లె గాలిలోనే ఒక పండుగ నడుస్తున్నట్టు అనిపిస్తుంది.

ఇళ్లలో చుట్టాల కలయికల సందడి, పిల్లల పరుగుల చప్పుడు, పశువుల మెడలో గంటల మధురమైన మోత, అన్నీ కలిసి పల్లెటూరి సంక్రాంతికి నేపథ్య సంగీతంగా మారతాయి. ఎద్దుల కొమ్ములకు పసుపు పూసి, పూలతో అలంకరిస్తారు. పొలాల నుంచి తెచ్చిన కొత్త ధాన్యాన్ని గుమ్మం దగ్గర ఉంచినప్పుడు, అది కేవలం పంట కాదు, ఒక ఏడాది కష్టానికి వచ్చిన ఊపిరిలా కనిపిస్తుంది. ప్రతి ఇంటి వాకిట్లో నవ్వులు, అందరిలో కొత్త ఆనందం.

ఆ రోజున పల్లెటూరు ఒక్కసారిగా తన మామూలు నడకను మరిచిపోయినట్టైంది. ఉదయం నుంచి వీధులన్నీ జనాలతో నిండిపోయాయి. ఇళ్ల

ముందు తెల్లటి ముగ్గులు, గొబ్బిళ్ల మధ్య వెలుగుతున్న దీపాలు, అన్నీ కలసి ఊరంతా పండుగ గంధాన్ని చల్లేశాయి. కొత్త బట్టల మెరుపు, పచ్చని పంట వాసన, భోగి మంట నుండి వచ్చే పొగ వాసన గాలిలో కలిసిపోయాయి.

వీధుల్లో పిల్లల గుంపులు గాలిపటాల వెంట పరుగులు తీస్తూ, కేకలు వేస్తూ తిరుగుతున్నారు. ఆడవాళ్లు గుంపులుగా నిలబడి కబుర్లు, నవ్వులు. మగవాళ్లు మాత్రం ఒక్కొక్కరిగా ఊరి చివర మైదానం వైపు కదులుతున్నారు. అక్కడ ఇప్పటికే కోడి పందేల సందడి మొదలైంది.

మైదానం దగ్గర చూస్తే ఇసుక వేస్తే రాలనంత మంది జనం. నాలుగు వైపులా మనుషుల గుంపులు. కోళ్ల కూతలు, డప్పుల మోత, గెలుపు కేకలు ఇవన్నీ కలసి ఆకాశం దద్దరిల్లేలా చేశాయి. రెండు కోళ్లను ఎదురెదురుగా వదిలిన క్షణం నుంచి గుంపంతా నిశ్శబ్దంగా మారిపోతుంది. ఒక్కసారిగా రెక్కల చరచరలు, కాళ్ల దెబ్బలు, ఆ తర్వాత ఒక్కసారిగా ఎగిసిపడే కేకలు, మైదానం పండుగ ఉత్కంఠతో నిండిపోయింది. విచిత్రమైన ఉత్కంఠ వాతావరణం తయారైంది. రంగురంగుల రిబ్బన్లతో అలంకరించిన కోళ్లు, వాటిని గుండెలకు హత్తుకున్న యజమానులు. వాళ్ల కళ్లల్లో గర్వం, ఆశ, భయం అన్నీ ఒకేసారి కనిపించాయి. ఎదురెదురుగా నిలబెట్టిన కోళ్ల మధ్య, గుంపు ఊపిరి ఆపుకుని చూస్తోంది. ఒక్కసారిగా రెక్కల చరచరలు, కాళ్ల దెబ్బలు, దూకుడు....మైదానం మొత్తం కేకలతో దద్దరిల్లింది. పక్కపక్కనే నిలబడిన వారు ఉత్సాహంగా అరుచుకుంటున్నారు. గెలిచిన కోడి యజమాని ఆనందంతో కేక పెట్టాడు. ఓడిన వాడు నిశ్శబ్దంగా తల తిప్పుకున్నాడు. ఆ గుంపులో ఆనందం, నిరాశ, గర్వం, కోపం కలిసిన పండుగ...

పందేల పక్కనే చిన్న చిన్న బడ్డీలు. వేడి నూనె వాసన, కాల్చిన పల్లీల వాసన, బెల్లం తీపి వాసన గాలిలో కలుస్తున్నాయి. పిల్లలు బెలూన్లు, చిన్న బొమ్మలు

కొనుక్కొని ఆనందంతో పరుగులు తీస్తున్నారు. కొందరు చెట్ల నీడలో కూర్చుని పాత కబుర్లు, కొత్త వార్తలు చర్చించుకుంటున్నారు. మధ్యాహ్నం దాటేసరికి ఇళ్ల ముందర పశువుల అలంకారం మొదలైంది. ఎద్దుల కొమ్ముల మీద పసుపు, కాళ్లకు కంకణాలు. మెడలో గంటల మోగుడు వీధులంతా నింపేస్తోంది. ఇంటిల్లిపాది పొలాల వైపు వెళ్లి పంటకు నమస్కారం పెట్టి తిరిగి వస్తోంది. సాయంత్రానికి మళ్లీ ఊరంతా ఒకే శబ్దం, పిల్లల నవ్వులు, పెద్దవాళ్ల మాటలు, డప్పుల మోత. సూర్యుడు వాలుతున్న వెలుతుర్లో పల్లెటూరు బంగారు రంగులో మునిగిపోయింది.

ఊరంతా ఇలా హడావిడి పడుతుంటే ఇక్కడ 'అల్లుడి గారికి కాఫీలో నాలుగు చెంచాలు వెయ్యాలి పంచదార, లేకపోతే తాగరు' అంటూ అత్తగారి కంగారు...

'మా అయన బట్టల మీద ఆ పేడ మరకలు ఎలా పడ్డాయి? ఇప్పుడు చూసారు అంటే నన్ను చంపుతారు' వాళ్ళ ఆవిడ గోల,

'అయ్యో బావకు వంకాయ కూర అస్సలు ఇష్టం ఉండదు, అమ్మ ఇంకో కూర చేస్తోందా, మర్చిపోయిందా' అని అపర్ణ హడావిడి...

'నాకు ఏది ఇష్టం ఉందో, లేదో, తెలుసో లేదో, కానీ వాళ్ళ బావ గురించి మాత్రం కంగారు...' మరోసారి పళ్ళు కొరికాడు వంశీ

ఇలా ఇన్నిసార్లు పళ్ళు పటపటలాడిస్తే ఇక్కడ నుండి వెళ్లే లోపు పళ్ళన్నీ ఉడిపోతాయేమో, వెనక్కి వెళ్ళాక పళ్ళు కట్టించుకోవడానికి డెంటిస్ట్ దగ్గరికి వెళ్ళలేమో అని కూడా భయం వేసింది వంశీకి. సరే, కోడి పందేలకు అందరు బళ్ళు కట్టుకొని పోలోమని వెళ్లారు. వంశీకి ఇవన్నీ కొత్త. పట్నంలోనే పుట్టి పెరగడం వల్ల సినిమాల్లోనే తప్ప, నిజంగా కోడి పందేలు ఎప్పుడు చూడలేదు. కానీ పెద్దల్లుడు కోడి పందెలలో ఓడిపోవడం అన్నది లేదు అని అపర్ణ చెప్పింది. అస్సలు ఆయన, ఆయన కోడి, పందెంలో పాల్గొంటున్నాడు అంటే అందరు వెనక్కి తగ్గుతారుట. సరే, ఆ నాటకం

కూడా చూద్దామని వెళ్ళాడు వంశీ. అక్కడ చాల హడావుడిగా ఉంది. ఆయన కోడి అందరిలోకి లాస్ట్. తన కోడికి అనేక అలంకరణలు చేసి గర్వంగా కోడిని నిమురుతూ, లేని మీసాలు దువ్వుతూ రంగంలోకి దూకాడు.

ఇంక ఒక రెండు గంటలు హోరాహోరీ పోరాటం జరిగింది. నిజంగానే ఆ పందాలు ఒళ్ళు, మనసు జలదరించేలా ఉంది. రక్తాలు కారుతూ కోళ్లు, ఈలలు, విజిల్స్ వేస్తూ వాటిని రెచ్చగడుతూ ప్రజలు, అబ్బా! అది చూడాలే కానీ చెప్పనలివి కాదు.

మొత్తానికి ఏం జరిగిందో కానీ పెద్దల్లుడి కోడి ఓడిపోయింది. ఆ క్షణం ప్రపంచం ఆగిపోయింది. ఎవరు తమ కళ్ళని నమ్మలేకపోయారు. పెద్దల్లుడి గారి కోడి ఓడిపోవడమా? ప్రపంచంలోనే ఎనిమిదో వింత కదూ!! ఇది అసలు ఎలా జరిగింది? రాజారావుని అందరు సానుభూతిగా, కొంచెం భయంగా చూసారు. మొహం మాడిపోయినా ఏమి ఎరగనట్టు 'దానికి రెండు రోజుల నుండి అస్సలు బాగులేదు. మన గ్రామం పరువు పోకూడదు అని ఆ పందెం లోకి తెచ్చాను' అన్నాడు పెద్దల్లుడు త్యాగం చేసిన వాడిలాగా. అందరూ అదే నిజం అన్నట్టు తలలూపారు. ఇంటికి కొంచెం నిరాశగానే వచ్చారు. వాళ్ళందరి మొహాలు చూస్తే నవ్వొచ్చింది కానీ ఆపుకున్నాడు వంశీ .ఇలాగే ప్రతి దానికి పెద్దల్లుడిని పొగుడుతూ ఉన్న నాలుగు రోజులు చెవుల తుప్పు వదలగొట్టారు.

ఉక్రోషం వచ్చింది వంశీకి. కానీ అపర్ణ దగ్గరికి వచ్చి గోముగా మొహం చేతుల్లోకి తీసుకొని ముద్దు చెయ్యగానే అన్ని మర్చిపోయాడు. ఆ పండుగ, కొత్త బియ్యం గాదెల నిండా పొయ్యడం, గొబ్బెమ్మలు, రంగుల ముగ్గులు, హరిదాసు, గోశాల, గోమాతల అరుపులు, పిల్లల ఆటలు, అత్తగారు చేసిన అరిసెలు, బూరెలు, బొబ్బట్లూ, గారెలు, పొంగలి, కొత్త బియ్యంతో ఇత్తడి గిన్నెలో పొయ్యి మీద చేసిన చక్ర

పొంగలి, అనేక రకాల సంప్రదాయపు స్వీట్స్, పండుగ అంటే ఇదే అనిపించింది. రాజారావు ఎక్కువ మాట్లాడలేదు వంశీతో. చూసినప్పుడు తల ఊపి వెళ్లిపోయేవాడు. మామగారు పెద్దవారు, ఆయనకు కొంచెం జ్ఞాపక శక్తి తగ్గుతోంది వయసు మీద పడి, బావమరిది కొత్తగా ఇంకొన్ని ఎకరాలు కొన్నాడు. దాంట్లో ఏం పంటలు వెయ్యాలి, మేలురకపు విత్తనాలు, ఎరువు ఆ గొడవలో ఉన్నాడు. ఈ పెద్ద అల్లుడి గుణగణా విశేషాల సంకీర్తన రోజూ లేకపోతే బానే ఉందనిపించింది. సరే, వెళ్లే రోజు, ముందు పెద్ద అల్లుడు వాళ్ళు బయలుదేరారు అనగానే ఊరంతా కదిలి వచ్చింది వాళ్ళు వెళుతుంటే. 'ఈ బక్కప్రాణిలో ఉన్న గొప్పదనం ఏంటో? ఎంతమంది వచ్చారు?' అనుకున్నాడు వంశీ. అందరిని పలకరించాడు, మంచి, చెడు కనుక్కున్నాడు రాజారావు. వాళ్ళ కష్టసుఖాలు చెప్పుకున్నారు, అన్నీ తీరుస్తాను అని మాట ఇచ్చాడు అతను. అత్తగారు, అపర్ణ ఏడుపు మొహాలతో నిలబడ్డారు.

"అప్పు, ఈసారి మా ఉరికి తీసుకురా మీ ఆయన్ని" అన్నాడు అపర్ణ వైపు చూస్తూ రాజారావు. "అలాగే బావ, మీరు కూడా మా ఊరు రావాలి" వచ్చి పావనం చెయ్యాలి అన్న ధోరణిలో అంది అపర్ణ బెంగగా. "వస్తాలే" అని తల మీద చెయ్యి వేసి నవ్వి వెళ్ళిపోయాడు. ఇంట్లో సందడి పోయింది. అందరు ఎవరో పోయినట్టు మొహాలు పెట్టుకొని కూర్చున్నారు. 'ఇంకా మేము ఉండగానే ఏంటి వీళ్ళు' అని కోపం వచ్చింది వంశీకి.

"పద, మనం కూడా వెళ్ళిపోదాం" అన్నాడు అపర్ణతో విసుగ్గా. మొత్తానికి ఇంటికి చేరారు కానీ అపర్ణ ఒక వారం రోజుల వరకు పుట్టింటి కబుర్లే.

ఇదిగో మళ్ళీ ఇప్పుడు పండగ, వెళదామని అపర్ణ గోల. వెళ్ళిన దగ్గరనుంచి ఆ పెద్దల్లుడి కీర్తన, సంకీర్తన, వినే ఓపిక లేదు వంశీకు. అందుకే చాలా సేపు ఒప్పుకోలేదు. ఇంక అపర్ణ ఏడుపు మొహం పెడితే ఒప్పుకున్నాడు. ఈసారి స్టేషన్ కు

కార్ వచ్చింది. దిగగానే అత్తగారు, మావగారు, బావమరిది, పెద్దల్లుడు కూడా ఉన్నాడు, నవ్వుతూ ఎదురు వచ్చి చెయ్యి పట్టుకొని లోపలి తీసుకెళ్లారు. కలా, నిజమా అనుకున్నాడు వంశీ . ఏమయింది వీళ్ళందరికీ. ఒక్క సంవత్సరంలో ఎంత మార్పు? ఘనంగా అల్లుడి మర్యాదలు అన్ని జరిగాయి. మళ్ళీ పిండివంటలు, కోడి పందేలు, గొబ్బెమ్మలు, రంగ వల్లులు, కానీ ఈసారి పెద్దల్లుడు కోడి పందేలలో పాల్గొనలేదు. ఏంటి ఇంత మార్పు? అంటే అదేదో భక్తి సంఘంలో చేరాడుట, రోజూ స్వామి వారి ప్రవచనాలు, హింస, అహింస, దయలాంటివన్నీ నేర్చుకుంటున్నాడుట, అందుకే ఇంత మార్పుట...

తరువాత తెలిసినదేంటంటే రాజారావు ఒక రియల్ ఎస్టేట్ లో డబ్బులు పెట్టి మునిగిపోయాడుట. బాగా తెలిసిన వాడే పార్ట్నర్ షిప్ అని అన్ని ప్లాట్స్ కి ఈయన పేరు మీద అడ్వాన్స్ తీసుకొని కోట్ల రూపాయలలో టోకరా ఇచ్చాడు. ఎటు పోయాడో తెలియదు, పోలీస్ రిపోర్ట్ ఇచ్చారు కానీ, ఈ లోపల డబ్బులు కట్టిన వాళ్లంతా ఈయన వెనక పడ్డారు .మిమ్మల్ని చూసి డబ్బులు కట్టాము, మా డబ్బులు మాకివ్వండి అని. చేసేది లేక పరువు పోతుందని కొంతమందికి ఇచ్చాడు కానీ, కోట్ల రూపాయలు ఎక్కడ నుండి తెస్తాడు? మిగిలిన వాళ్లంతా ఈయన మీద కేసు వేశారు కోర్ట్ లో, అది కథ!!

ఇప్పుడు ఉన్న ఇల్లు తప్ప ఏమి లేదు. అందరిలోనూ మొహం చూపించలేకున్నాడు.

"అందేంటి అందరికి ప్రపంచంలో జరుగుతున్న మోసాలు, డబ్బులు విషయం లో ఎంత జాగ్రత్తగా ఉండాలో, తాను ఎలా ఉంటాడో పదే పదే చెప్పేవాడు తనే మోస పోయాడా? నమ్మలేకుండా ఉన్నాను"అన్నాడు ఆశ్చర్యపోతు వంశీ.

"అదే కదా ఇప్పుడు. ఇన్నాళ్లు మా బావ అంత తెలివైనవాడు లేదు అనుకున్నాము

ఊరంతా. తను మోసపోయాడు అన్నది ఎవరికీ కొరుకుడుపడటం లేదు. మా అన్నయ్య చేసే పొలంలో కొంత భాగం ఇచ్చాడు చూసుకోమ్మని. అదొక్కటే ఇప్పుడు వాళ్లకు ఆధారం"అంది అపర్ణ విచారంగా.

'ఎంత తెలివైనవాడు కూడా ఎక్కడో పప్పులో కాలు వేస్తాడు' అనుకున్నాడు. కానీ అతని మీద జాలి కూడా వేసింది. తనే తరువాత దగ్గరికి వెళ్లి మాటలు కలిపాడు.

ఆరోజు సంక్రాంతి పండుగ. అందరు నవ్వుతూ, తుళ్ళుతూ భోజనాల దగ్గర పిండివంటలు ఆరగిస్తూ ఉంటే, అలవాటు ప్రకారం అత్తగారు "పెద్దల్లుడు గారు, మా చిన్నాన్న గారి తోడల్లుడు... "అనగానే

"అత్తగారు, ఇంకేం చెప్పొద్దు" అని రెండు చేతులు జోడించి నమస్కారం చేశాడు రాజారావు.

అందరూ ఫక్కున నవ్వేసారు...

వసంత పంచమి

సింగంపల్లి శేష సాయి కుమార్

తిరుపతి

Ph: 8639635907

ఆరోజు వసంత పంచమి దేశంలోని అన్ని సరస్వతి దేవి ఆలయాలు భక్తులతో కిటకిటలాడుతున్నాయి. అక్షరాభ్యాసం మొదలు పెట్టడానికి అనేకమంది తల్లిదండ్రులు వారి కుటుంబ సభ్యులతో రద్దీ ఎక్కువైపోయింది. ఉదయం పదింటికి శృంగేరి లోని శారదా దేవి ఆలయంలో వెనుకవైపు గల శక్తి గణపతి ముందు యాభై గుంజీలను నిలుపకుండా తీస్తున్నాడు సునీల్.

అప్పుడే అక్షరాభ్యాసం ముగించుకున్న వాళ్ళ కొడుకు కార్తి, అతని భార్య భవ్య పక్కనే కూర్చుని అతన్ని తదేకంగా చూస్తున్నారు.

"సార్! ఇక్కడ ఎక్కువ సేపు ఉండకూడదు బయటకు వెళ్లాలి"అంటూ నడుం పై చేయి వేసి దారి చూపించాడు అక్కడున్న పోలీస్.

"అయిపోయింది సార్, ఒక్క నిమిషం" అంటూ మిగిలిన నాలుగు గుంజీలను తీసేసి ముగ్గురు బయటకు కదిలారు.

***

కార్తీ మూడేళ్ళ లో పడ్డాడు పడింది, ఎక్కడైనా అక్షరాభ్యాసం చేయించి దగ్గర్లోని అంగన్వాడీ కి పంపించాలి అనుకున్నారు.

"అమ్మ... అక్షరాభ్యాసం ఎక్కడ చేయిద్దాం?" అన్నాడు సునీల్ .

"ఎక్కడైనా గుడిలో, వినాయకుడి దగ్గర అయితే మంచిది, సరస్వతీదేవి గుడి అయితే మరీ మంచిది" అంది వాళ్ళ అమ్మ.

"అయితే శృంగేరి వెళ్దామా?" అన్నాడు.

"అంత దూరమా, జనాలు దండిగా వచ్చేస్తారు" అంది ఆమె.

మీరు ఎక్కడికి వెళ్ళినా నన్ను బయటకు తిప్పండి అంటూ చూస్తున్నాడు కార్తీ, హాల్లో కాఫీ తాగుతూ అందరూ ఒకే చోట కూర్చున్నారు.

మనం ఎలాగో ఆ చుట్టుపక్కల ప్రదేశాలు చూడలేదు కాబట్టి ఒకేసారి అవి కూడా చూసేద్దాం అనుకున్నారు అందరూ.

ఇక కేవలం వారం ఉంది కాబట్టి ఇక్కడ నుండి శివమొగ్గకి ఫ్లైట్లో వెళ్దాం, దూరం అనిపించదు. శ్రమ ఉండదు కాబట్టి అక్కడ నుండి క్యాబ్ మాట్లాడుకుని హొర్నాడు, శృంగేరి, ఉడిపి, ధర్మస్థలం , కుక్కి ఇవన్నీ చూసుకొని అక్కడ నుండి బెంగళూరు ద్వారా ఇల్లు చేరుకుందాం అనుకొని ఉన్నపళంగా ఫ్లైట్ టికెట్లు బుక్ చేశారు.

ప్రయాణానికి కావలసిన ఏర్పాట్లపై చర్చలు మొదలుపెట్టి అటుపై ఎవరి పనుల్లోకి వారు జారుకున్నారు.

***

ఆ మరుసటి రోజు మధ్యాహ్నం సునీల్ మెయిల్ కు ఒక మెసేజ్ వచ్చింది ఫ్లైట్ క్యాన్సిల్ అయింది అని, దాంతో పాటు టికెట్ డబ్బులతో పాటు కలిపి వసూలు చేసిన సౌకర్యాల కోసం వేసిన చార్జీలు మినహా మిగిలినవి వెనక్కి ఇచ్చేశారు.

అందరి ముఖాలు ఢీలా పడిపోయాయి.

ఇప్పటికిప్పుడు అంత దూరం ప్రయాణం ఎలా అని ఒకరు ఆలోచిస్తే, వాళ్లు ఫ్లైట్ రద్దు చేసి అందుకు మన దగ్గర డబ్బులు వసూలు చేసిన డబ్బు పట్టుకోవడం ఏమిటి? అన్న బాధ అందరిలో మొదలైంది.

ఎలాగోలా సర్వీస్ వాళ్ళతో ఫోన్లోనే రూల్స్ మాట్లాడి మొత్తం డబ్బు పడేటట్లు చేసుకున్నాడు సునీల్.

ప్రయాణపు ప్లాన్ మొత్తం మారిపోయింది. అందరూ తలో సలహా ఇవ్వడం , అందులో ఏదో ఒక తప్పు మరొకరు కనిపెట్టడం ఇలా అంతా ఒక కేంద్ర బడ్జెట్ కు ఆర్థిక మంత్రి , ప్రధాన మంత్రి ఆలోచించినట్లు మల్లగుల్లాలు పడుతున్నారు.

చివరకు ఒక ఆమోదయోగ్యమైన అభిప్రాయం వచ్చింది.రాత్రికి ట్రైన్ ఎక్కి తెల్లారేసరికి బెంగుళూరు చేరుకుని అక్కడి నుండి ఒక క్యాబ్ మాట్లాడుకుని టూర్ మొత్తం ముగించుకుని తిరిగి మళ్ళీ అక్కడికే వచ్చేటట్లు అనుకున్నారు అందరూ.

అందరూ ఎవరి బట్టలు వాళ్లు జతలు జతలుగా నాలుగు పెద్ద సూట్ కేసులకు సర్దుకున్నారు. అవి మోయడానికి సునీల్, వాళ్ళ తమ్ముడు కండపుష్టి పెంచుకోవాలనుకున్నారు.

రాత్రి ట్రైన్ బయలుదేరింది , అసలే చలి కాలం, బయట మంచు, లోపల ఏసీ బోగి అందులో ఆ పక్క బెర్తు వాళ్ళందరూ సాఫ్ట్వేర్ ఉద్యోగులు ఏసీ కి తోడుగా ఫ్యాన్ ని కూడా ఆన్ చేసి పడుకున్నారు. కార్తీకి రెండు దుప్పట్లు కప్పి గట్టిగా ఒళ్ళో కూర్చోబెట్టుకుంది వాళ్ళ అమ్మ.

ఆ సంకెళ్ళ నుండి విడిపించుకోవడానికి అక్కడున్న అందరి వైపు చూస్తూ ఎత్తుకోమన్నట్లు చేతులు చాపుతూ అమాయకంగా నవ్వుతున్నాడు. ఎలాగోలా మూడు గంటలకల్లా బెంగళూరు చేరిపోయింది ట్రైన్.

ముందుగా అనేక బేరాలు, అనేక ప్యాకేజీలు విని బుక్ చేసుకున్న క్యాబ్ ను ఆరు గంటలకు స్టేషన్ దగ్గరికి రమ్మని ఒప్పందం కుదుర్చుకున్నారు.

అంతవరకు ఎక్కడ కూర్చోవాలి అంటూ మొదలైంది వాళ్ళ చర్చలు. హోటల్ రూమ్ తీసుకుంటే ఒక రోజుకు ఛార్జ్ చేస్తారు, అయినా ఆరు మందిని ఒకేసారి

స్నానానికి అనుమతించరు.

అదే స్టేషన్లో పై ఫ్లోర్ లో ఒక డార్మెంటరీ కనపడింది గంటకు 100 అందరికీ కాదు, ఒక్కొక్కరికి అదే ఇప్పుడు మంచిదనుకొని గట్టెక్కారు. చల్లనీళ్లకు కాస్త వేడి తగిలించిన నీళ్లతో స్నానం కానించి, క్రింది వైపు ఉన్న వేడి వేడి మద్రాసు ఫిల్టర్ కాఫీని కర్ణాటక రాష్ట్రంలో లాగించేశారు.

ముందే మాట్లాడుకున్న క్యాబ్ కంపెనీ వాళ్ళ డ్రైవర్ కు ఫోన్ నెంబర్ ఇచ్చి ఆరింటికల్లా వాళ్ళ డ్రైవర్ను స్టేషన్కు పంపించేశారు. ఆ డ్రైవర్ పేరు శివ, అతను బక్క పల్చగా , నుదుటి పైన పెద్ద బొట్టు, కళ్ళజోడు పెట్టుకొని ఉన్నాడు. కన్నడ దేశానికి చెందినవాడు. కానీ హిందీ కూడా బాగా వచ్చు, సునీల్ కు కూడా హిందీలో ఎలాగో మేనేజ్ చేయడం వచ్చు. అతన్ని చూడగానే అందరికీ ఇతను ఇంత పెద్ద బండి డ్రైవ్ చేయగలరా అన్న అనుమానం వచ్చింది. ఇక్కడ చెప్పుకోదగ్గ విషయం ఏమిటంటే వాళ్ళందరికీ డ్రైవింగ్ రాదు.

ఓ గంట ప్రయాణం తర్వాత ఒక పెద్ద హోటల్లో టిఫిన్ తిన్నారు. అందరికీ బాగా నచ్చింది ఆ టిఫిన్. బయట నిలబడి గ్రూప్ ఫోటో తీసుకొని అందరూ తిరిగి కారులో కూర్చున్నారు.

"నాయనా ఎవరైనా ఒకరు డ్రైవర్ పక్కన కూర్చొని మాట్లాడుతూ ఉండండి అతను నిద్రపోతాడేమో" అంది వాళ్ళ అమ్మ.

అందరూ కలిసి సునిల్ వాళ్ళ తమ్ముడిని పెద్దను చేసి కూర్చో బెట్టారు.

అతనికి తెలుగు రాదు, ఈయనకు హిందీ రాదు. ఇద్దరు సరిపోయారు. ఎలాగోలా మానేజ్ చేస్తున్నాడు. బండి హైవే పైన రివ్వు మంటూ పోతోంది. అతను బండి స్టీరింగును ఒంటి వేలుతో తిప్పుతున్నాడు.వెనక నుండి మెలకువ వచ్చిన సునీల్

కు అది చూసినప్పటి నుండి నిద్ర పట్టలేదు. కుటుంబం మొత్తం ఒక చిన్న కునుకు తీసి అలసట తీర్చుకున్నారు.

ఓ పదకొండు గంటల ప్రాంతంలో బేలూరు, మరో గంటకు హాళేబీడు చూసేసారు. మధ్యాహ్నం అక్కడే ఒక హోటల్లో ఎంగిలి పడ్డారు. అక్కడనుండి వీళ్ళ అసలైన ప్రయాణం మొదలైంది. హోర్నాడు కు వెళ్లే ప్రాంతం మొత్తం ఎత్తైన కొండలు,ఏటవాలు లోయలు. అక్కడ అంతా కాఫీ తోటలతో ఆహ్లాదకరంగా ఉంది వాతావరణం. అక్కడ ఎంత ఆహ్లాదకరంగా ఉందో అంత భయానకంగా ఉంది ఆ ప్రయాణం. ఆ ప్రయాణంలో ఎక్కడ ఆపకుండా సాయంత్రం ఆరింటికల్లా హోర్నాడు చేరుకున్నారు.

అందరి ముఖాలు ఆ ప్రయాణానికి అలసిపోయి వాడిపోయాయి.అలానే వెళ్లి అన్నపూర్ణమ్మ దర్శనం చేసుకున్నారు. అందరికీ మంచి కాఫీ తాగుదాం అనిపించింది. గుడి చుట్టుపక్కల బాగుండదు అనుకుని కాస్త ఊరు బయట అయితే బాగుంటుందేమో అని అక్కడికి వెళ్ళాక అందరం కాఫీ తాగుదామనుకున్నారు.

అప్పటికే టైం రాత్రి ఏడు గంటలు దాటిపోయింది.

ఊరి బయటకు వచ్చి చూస్తే ఎక్కడ కాఫీ షాప్ కనపడలేదు.పొద్దుపోయింది, రాత్రికి ఇక్కడే రూమ్ తీసుకుని ఉందామా? లేకపోతే 40 కిలోమీటర్ల దూరంలో ఉండే శృంగేరి కి వెళ్ళిపోదామా? అని చర్చించుకుంటున్నారు అందరూ. అందరి ముఖాల్లో అలసట కొట్టొచ్చినట్లు కనిపిస్తోంది.

రేపు ఉదయం కార్తీకి అక్షరాభ్యాసం ఉంది కాబట్టి అసలే జనాలు ఎక్కువగా ఉంటారు. అందుకని ఉదయం ఇక్కడి నుంచి వెళ్తే టైం ఎక్కువ అయిపోతుంది. ఇప్పుడే వెళ్లి రాత్రికి అక్కడే రెస్టు తీసుకుందాం అని అనుకున్నారు అందరూ. గూగుల్ మ్యాప్స్ ఆన్ చేసి ఎంత దూరం ఉందో అని చూశారు. కేవలం ఒక గంట

ప్రయాణం మాత్రమే ఉంది అని చూపించింది. డ్రైవర్ను నీకు ఓపిక ఉందా? అని అడిగారు. అతను నాకేం పర్వాలేదు అన్నట్టు తల ఊపాడు. అతను ఒక ఆరు నెలలకు ముందు అదే దారిలో ఒక ట్రిప్ కు వెళ్లానని కూడా చెప్పాడు.

అందరూ ఉదయం నుంచి అతని డ్రైవింగ్ కు అలవాటు పడిపోయారు. కాబట్టి ఎవ్వరికీ భయం వేయలేదు.కారు హోర్నాడు నుంచి ఒక కిలోమీటర్ దూరం దాటింది. రోడ్డంతా చీకటి, ఎక్కడ లైట్ వెలుతురు కూడా లేదు. కారు ముందున్న రోడ్డు ఏటవాలుగా ఉంది.రెండు మూడు కిలోమీటర్ల వరకు అందరికీ బాగుంది. అక్కడి నుండి అందరి గుండెల్లో రైళ్లు బయలుదేరాయి. రోడ్డు వర్షాలకు పూర్తిగా దెబ్బతిని కంకర రాళ్లు నిండుకున్నాయి అయినా బండిని ఎక్కడా ఆపకుండా వెళ్తున్నాడు శివ.

ఎదురుగా, వెనకవైపు ఎలాంటి వాహనాలు రాలేదు.

శృంగేరి కి వెళ్తున్న మార్గం సరైనదేనా? మనం కరెక్ట్ అయిన రోడ్ లోనే వెళ్తున్నామా? మనం ఎవర్నైనా ఆపి అడుగుదాం అనుకున్నారు మొదట. ఎక్కడ నర మానవుడు కనపడలేదు. మధ్యలో ఎవరో రోడ్ పైన లైట్ వెలుతురు లేకుండా నడుస్తున్నారు. ఆపి అడుగుదామనుకుంటే ఏదైనా ప్రమాదం జరుగుతుందేమో అన్న భయం మొదలైంది.

ఆ పరిస్థితుల్లో అక్కడ రోడ్డు,చుట్టూ చీకటి చూస్తుంటే ఏవేవో సినిమాల్లోని భయానక సన్నివేశాలు కళ్ళముందు కదులుతున్నాయి. చుట్టూ అంతా చీకటి, ఎక్కడో కొండ అంచున ఓ చిన్న లైటు వెలుతురు, అందరూ చేసేదేమీ లేక దైవ నామస్మరణ మొదలుపెట్టారు. పైకి గంభీరంగా ఉన్న సునీల్ మాత్రం కారులో ఆంజనేయ స్వామి పాటలు పెట్టాడు.మనమందరము రాత్రికే శృంగేరి వెళ్ళాలి అని నిర్ణయం తీసుకున్నాం. ఎవ్వరికి ఏమీ కాదు ఇక్కడ నుండి వెనక్కు వెళ్లలేము. కాబట్టి ఎలాగోలా ముందడుగు వేద్దాం అని ధైర్యం చెప్పాడు.

డ్రైవర్ శివ మాత్రం ఏ మాత్రం అదరడం లేదు. కారును మలుపుల్లో, లోయల్లో, కంకర రాళ్లల్లో, ఎత్తు పల్లాలలో , ఏమాత్రం అదరకుండా నడుపుతున్నాడు. అంతేకాదు అతనిలో ఏ మాత్రం బెదురు కనపడ లేదు. పొద్దున ఇంత బక్క పల్చటి వ్యక్తి ఈ బండిని ఎలా డ్రైవ్ చేస్తారా? అనుకున్న అందరికీ అతనే ఒక పెద్ద ధైర్యం లాగా కనపడ్డాడు. అతను వాళ్లకు ధైర్యం చెబుతూ "తాను ఇదే రోడ్లో ఇంతకుముందు వచ్చానని అప్పుడు రోడ్డు బాగా ఉండేదని , ఇప్పుడు వర్షాలకు ఈ విధంగా దెబ్బతిని ఉండవచ్చని"చెప్పాడు అందరూ క్షేమంగా చేరితే ,రేపు ఆలయంలో 108 సార్లు శివ పంచాక్షరి చెబుతానని, శక్తి గణపతి దగ్గర 51 గుంజీలు కూడా తీస్తానని మొక్కుకున్నాడు సునీల్.

సరిగ్గా బండి బయలుదేరిన ఒక గంట కల్లా ఓ మెయిన్ రోడ్డు కనపడింది. అందులో వాహనాలు రాకపోకలు బాగా జరుగుతున్నాయి. అది చూసి ఊపిరి పీల్చుకున్నారు అందరూ , అక్కడ నుండి ఓ 10 కిలోమీటర్ల దూరంలో శృంగేరి, రోడ్డంతా చాలా బాగుంది .

శివ వైపు వాళ్ళ చూపులు అభినందనలతో ముంచెత్తాయి. రాత్రికి ఎక్కడో ఒక చిన్న రూమ్ తీసుకుని సర్దుకున్నారు. ఉదయం లేచి కార్తీకి అక్షరాభ్యాసం చేయించి , అక్కడ అమ్మవారి గుడిలో శివ పంచాక్షరి జపించి, శక్తి గణపతి గుంజీలు 51 గుంజీలు తీసి తన మొక్కు తీర్చుకున్నాడు సునీల్ .

ప్రయాణం ముగించుకుని వాళ్ళు తిరిగి బెంగళూరుకు చేరుకున్నారు.

మార్గమధ్యంలో మాటల్లో శివకు ఇద్దరు కొడుకులు ఉన్నారని తెలుసుకున్న వాళ్ళు దిగిన వెంటనే బండి బాడుగతో పాటు ఓ వెయ్యి రూపాయలు అతని చేతికి ఇచ్చి పిల్లలకి ఏదైనా తీసుకొని వెళ్ళమన్నారు.

సాధారణంగా ఏదైనా పండగ వస్తే ఇంట్లో పిండి వంటలు చేసుకుని, దైవ నామస్మరణలతో గడిపే కుటుంబం అనుకోకుండా ప్రయాణపు హడావిడితో పడ్డ ఈ ఇబ్బంది కూడా వాళ్లకు ఒక మధురానుభూతిగా నిలిచిపోయింది. దైవం తమ వెంట ఉన్నారని , పండగ సమయాల్లో ప్రయాణాలు కాస్త ఆలోచించి, మరీ చిన్న పిల్లలు ఉన్నప్పుడు శ్రద్ధగా వెళ్లాలని, పండుగ అందరి జీవితాలలో సుఖ సంతోషాలను నింపాలని ఆ శృంగేరి శారదా మాతను మనసారా ప్రార్ధించింది వాళ్ళ కుటుంబం. ఆ పండగ ప్రయాణం వాళ్లకు ఒక మధురానుభూతిగా నిలిచిపోయింది. జీవితంలో ఒక పెద్ద పాఠాన్ని కూడా నేర్పింది.

అనువంశికం

శైలజామిత్ర
హైదరాబాద్
Ph: 9290900879

సమయం ఉదయం ఆరుగంటలు కావొస్తోంది. వాతావరణం ఎంతో ఆహ్లాదంగా వుంది. ఉదయం ఎప్పుడూ అందంగానే వుంటుంది. కానీ మనం చూసే చూపులోనే తేడా వుంటుంది ఎవరో అన్నట్లు తలుచుకుంటుంటే నిజమే అనిపిస్తోంది. చక్కని మంద్ర స్వరంతో హాలులో శ్రీ వేంకటేశ్వరుని సుప్రభాతం వినిపిస్తోంది. రాజేశ్వరి తులసి చెట్టుకు నీరు పోసి ప్రదక్షిణాలు చేసి కాస్సేపట్లో నిద్రలేచే శ్రీవారి కోసం కాఫీ డికాక్షన్ వెయ్యాలని హడావిడిగా లోనికి వస్తుంటే.. చిన్నగా తలుపు చప్పుడయింది. ఇదేమిటి? ఇపుడెవరూ? పాలు ఇందాకే వచ్చాయి కదా? అయినా బెల్ లేదా? తలుపు చప్పుడు చేసేవారు ఎవరు? అనుకుంటూ తలుపు తీసింది. ఎదురుగా అరుణ.. రాజేశ్వరి ఆశ్చర్యపోయింది.

"నువ్వా! రామ్మా! ఇదేమిటే ఇలా?" అంది ఉండబట్టలేక.

అరుణ ఏమీ మాట్లాడలేదు. తన దారిన తాను గదిలోకి వెళ్ళింది. పడుకున్న చెల్లి శ్వేతను దాటుకుని వెళ్ళి అక్కడ సూట్‌కేస్ పెట్టి వాష్‌రూమ్‌లోకి దూరింది.

రాజేశ్వరికి ఏమీ అంతుపట్టలేదు. ఇదేమిటి? నేను అడుగుతుంటే సమాధానం ఇవ్వకుండా లోపలికి వెళ్ళింది? ఇంటికి రావడం తప్పుకాదు. ఇది తనిల్లు, తనిష్టం. కానీ ఒంటరిగా.. తన మనసేదో కీడును శంకించింది. వెంటనే భర్త హరినాథ్ ని నిద్ర

లేపి మరీ ఈ విషయం చెప్పింది కాస్త కంగారుగా.. అంతా విన్న హరి లోపల కంగారున్నా బయటపడనీయకుండా ..''చెబుతుందేమోలే.. ఆగు.. నువ్వు ముందు కంగారు పడకు. దాన్ని కంగారు పెట్టకు. నేను కూడా వస్తాను'' అంటూ వాష్‌రూమ్‌లోకి దారితీసాడు.

రాజేశ్వరికి ఏమీ తోచడం లేదు. వంటింట్లో బోలెడు పనులున్నా చెయ్యాలనిపించడం లేదు. ఏమి చెయ్యాలో తెలియక నిద్రపోతున్న శ్వేతను లేవమని పిలిచింది. తల్లి అరుపుకు ఉలిక్కిపడి లేచిన శ్వేత ''ఏమయిందమ్మా? నాకీరోజు వీక్‌లీ అఫ్ .. లేస్తాలే'' అంటూనే ఎదురుగా వాష్‌రూమ్‌లోంచి బయటకు వస్తున్న అక్కను చూసి ఉలిక్కిపడి లేచింది. వెంటనే ''నువ్వెప్పుడొచ్చావే? బావ కూడా వచ్చాడా? అంటూ కలియజూసింది. అందుకే అమ్మ లేవమందేమో అనుకుని లేచి, హాలులోకి వెళ్లింది. తనకెవరూ కనిపించలేదు. ఇంతలో తనతో పాటు హాలులోకి వస్తున్న అక్క అరుణను చూస్తూ ''బావ రాలేదాక్కా?'' అడిగింది.

''లేదు. అమ్మా! కాఫీ ఇవ్వు తల నొప్పిగా ఉంది'' అంది అక్కడే వున్న సోఫాలో కూర్చుంటూ.

ఆ మాటలు విన్న రాజేశ్వరి ''అలాగే అంటూ వంటింటివైపుకు నడిచింది. తల్లితో పాటు లోపలికి వెళ్ళిన శ్వేత విషయం అడిగింది. ''నాకేం తెలుసే? నాకూ నీకులాగే సమాధానం చెప్పడం లేదు. అబ్బాయి రాలేదు. ఒకవేళ గొడవ పడ్డారేమో!'' అంది గుసగుసగా..

''పడితే పడతారు. ఆ విషయమైనా చెప్పాలి కదా?'' అంది కాస్త గట్టిగానే శ్వేత.

''గట్టిగా అనకే! వింటుంది. పద దాంతో మాట్లాడుతూ వుండు. కాఫీ తెస్తాను.'' అంది నెమ్మదిగా రాజేశ్వరి.

చేసేది లేక శ్వేత హాలులోకి దారితీసింది. ఫోను చూస్తున్న అరుణకేసి చూస్తూ "అక్కా! ఏమయిందక్కా? అలా వున్నావేమిటి? విషయం చెప్పకుండా వుంటే మాకెలా వుంటుంది?" అంది పక్కనే కూర్చుంటూ.

"ఏమీ లేదు. ఏం? నేను ఇంటికి రాకూడదా? పెళ్ళవ్వగానే నా ఇల్లు కాకుండా పోతుందా? నేను పరాయిదాన్ని అయిపోయానా?" అంది విసుక్కుంటూ కాస్త స్వరం పెంచి.. అరుణ

"నిన్ను రావద్దని ఎవరన్నారు? ఉన్నట్లుండి ఇలా ఒక్కదానివీ వచ్చావు కదా? అందుకోసం అడుగుతున్నాను"

***

సమాధానం లేకపోయేసరికి కాఫీ గ్లాసులు పట్టుకుని హాలులోకి వచ్చిన రాజేశ్వరి.."ఇది నీ ఇల్లే! కాదని ఎవరన్నారు? కానీ వస్తున్నానని చెబితే మరింత సంతోషపడేవారం కదా అని" అంది నవ్వుతూ..

"రావడం ఏమిటి? ఇకపై నేను వెళ్ళడం కూడా వుండదేమో" అంది కోపంగా.

ఆ మాటకి ఒక్కసారిగా భయం వేసింది రాజేశ్వరికి.. "ఏమయిందీ?" అరిచినట్లు అడిగింది. అంతలో తండ్రి హరినాథ్ కూడా రావడం అక్కడే కూర్చోవడం జరిగింది.

"నిన్నే... ఇందాక ఏదో అన్నావు?" అంటూ రెట్టించింది.

***

"మాట్లాడవేమే? నేనిక్కడ మాట్లాడుతుంటే అలా మొద్దులా కూర్చుంటావేమిటి? అనేలోగానే లోపలినుండి హరినాథ్ ముఖం తుడుచుకుంటూ అక్కడికి వచ్చాడు. ఏమయిందీ? అవునూ, అరుణా! ఏమిటి ఇలా అనుకోకుండా వచ్చావు? అన్నాడు. చాలా క్యాజువల్‌గా

''ఇందాకట్నించీ అదే అడుగుతున్న.. ఇందాకేదో నేనిక అక్కడికి వెళ్ళను అంటూ ఏదో అంటోంది'' అంది కంగారుగా విశాలాక్షి..

విషయమేదో కాస్త సీరియస్‌గానే వుందని గ్రహించిన హరినాథ్, ''సరే.. నువ్వెళ్ళి కాఫీ పట్టుకురా! నేను మాట్లాడుతాను. ఇపుడేమయిందని అంత కంగారు పడుతున్నావు.'' అంటూ అరుణకు ఎదురుగా వున్న సోఫాలో కూర్చున్నాడు ..నింపాదిగా.

వెంటనే అరుణ ఏడవటం మొదలుపెట్టింది. అది వినబడిన విశాలాక్షి మరింత ఆదుర్దాగా గదిలోకి వచ్చి ''అసలేమయిందే? పెళ్ళయి నిండా ఆరునెలలు కూడా కాలేదు. అసలేమయిందో చెప్పకుండా నీవిలా ఏడుస్తుంటే మాకేం అర్థమవుతుంది?'' అంది కన్నీళ్ళు తుడుచుకుంటూ..

విషయం చాలా దూరమయిందని గ్రహించిన తండ్రి హరినాథ్ కలుగజేసుకుంటూ.. ''విశాలా! ముందు దాన్ని ఏడవనివ్వు పూర్తిగా. అపుడు చెబుతుందిలే. అమ్మలూ! శ్వేతా! లోపలికెళ్ళి కాసిన్ని కాఫీ తీసుకురామ్మా! మీ అమ్మనుండి నేను ఇప్పట్లో ఎదురుచూడలేను కానీ'' అన్నాడు లోపలున్న కంగారును బయటపడనీయకుండా.

ఆ మాటలు విన్న విశాలాక్షి ''మీకెప్పుడూ కాఫీ గోలేనా? అవతల బిడ్డ ఏడుస్తుంటే'' అంది కాస్త విసుగ్గా.

''విషయం చెప్పకుండా ఏడుస్తుంటే మనమేం చెయ్యగలం? చెప్పా పెట్టకుండా ఇంటికి వచ్చింది సరే. ఇది దాని ఇల్లే. ఎప్పుడయినా రావచ్చును. కానీ ఇలా ఏడుస్తూ వస్తే మనమేమయినా కారణాన్ని కల గంటామా? అలాగని అది చెప్పేదాకా నేను కాఫీ లేకుండా వుండాలంటే నా వల్ల కాదు. అసలే నాకు తలనొప్పిగా వుంది'' అన్నాడు శ్వేత ఇచ్చిన కాఫీ అందుకుంటూ..

ఆ చేత్తోనే మీ అమ్మకి, మీ అక్కకి ఇవ్వమ్మా.'' మరింత ఉడికిస్తూ అన్నాడు హరినాధ్.

ఇక చెప్పకపోవడం తనదే తప్పని గ్రహించిన అరుణ కాస్తంత సర్దుకుని ''నాన్నా! పెళ్ళయితే మనవెంట పడి మరీ చేసుకున్నారు. కానీ, తర్వాత నుండి ఒకటే సూటిపోటి మాటలు. మనమేదో తమకు అన్యాయం చేస్తున్నట్లు ఇంటిల్లిపాదీ మాటలు. పోనీ పెద్దవారు ఎలా వున్నా ఈయన అయినా అర్థం చేసుకుంటాడేమో అనుకుంటే తన తీరూ అంతే. మీరు హనీమూన్‌కి మారీషస్ పంపమని అడిగితే పంపలేదట. కనీసం కారు కొనిమ్మన్నా కొనలేదట. మొదటి పండుగ దీపావళికి ఇస్తానని, మళ్ళీ సంక్రాంతికి ఇస్తానని అన్నారుట. పెట్టిన బట్టలు ఖరీదయినవి కావట. నాసిరకం అని వేసుకుంటున్నపుడల్లా అనడమే. మొన్నటికి మొన్న ఒక పెళ్ళికి వెళ్ళాము. అక్కడ వారి ఆడంబరాలు చూసి ఇంటికొచ్చి ఇక ప్రత్యక్ష నరకం చూపారు. వారు పెట్టిన నగలు, కారు, హనీమూన్ గురించి పదేపదే చెబుతూ నన్ను ప్రశాంతంగా బతకనివ్వడం లేదు.'' అని చెబుతూ వెక్కి వెక్కి ఏడ్చింది.

అపుడు లేచి కూతురు పక్కనే కూర్చుని ''చూడమ్మా! నీకు తెలుసు. మనం నీకు ఉద్యోగం వచ్చేదాకా చెయ్యమని ఎంత ఖరాఖండీగా చెప్పినా వారు పెళ్ళయితే చాలని మన వెంటపడ్డారని. మంచి సంబంధం అని తమ్ముడంటే పోగొట్టుకోవడం ఎందుకు? నీ వెనకాల నీ చెల్లెలు కూడా వుందని నేను నా శక్తి మేరకు చేసాను. తర్వాత నేను పెళ్ళి చేసేటప్పుడే చెప్పాను. మేము ఎంతో కష్టపడి చదివించాము కానీ డబ్బు లేదని, తమ కోరికలకు, పెట్టిపోతలకు శక్తి లేదని మరీ మరీ చెప్పాను. అయినా దీపావళికి ముందు పదే పదే కారు ప్రస్తావన తెస్తుంటే నాకు దీపావళికి వచ్చే రెండు నెలల బోనస్‌ను మొదటి పేమెంట్ గా కట్టి కొందామని అనుకుని సరే అన్నాను. కానీ దురదృష్టం మా కంపెనీలో కొన్ని భారీ నష్టాలు రావడంతో ఈసారి మాకు బోనస్

ఇవ్వలేదు. అందుకే సంక్రాంతి వరకు ఏదయినా సర్దుబాటు చేసి కొందామని విషయం విపులంగా మరీ చెప్పాను. అపుడేమీ అనలేదు. ఇపుడిలా చేయడం మంచిది కాదు. నువ్వు చదువుకున్న దానివమ్మా! జీవితంలో ఇంతకంటే ఛాలెంజెస్ ఎదుర్కోవలసి వస్తుంది. అన్నింటికీ ఇలా బేలగా మారిపోతే ఎలాగ? మేమయితే నిత్యం నీతో వుండలేము కదా? సరే! ఊరుకో! బాధపడకు. నేను ఏదోఒకటి చేస్తాను. అలాగని వారడిగిన గొంతెమ్మ కోరికలన్నీ తీర్చడం నావల్ల కాదు. ఇప్పుడు చెబుతున్నా. ఇకపై ఏదీ ఇవ్వను. ఎందుకంటే ఏ ఒక్కటి తీర్చినా మరొక దానికోసం పోరాడతారు. కన్నవారం. నిన్ను అలా వదిలేయలేము కదా? ఏమీ ఆలోచించకు. పరిష్కారం మాత్రం ఆలోచిస్తాను. నాకు వదిలేయి.'' అంటూ లోపలికి వెళ్ళిపోయాడు హరినాథ్

విశాలాక్షి భర్తను అనుసరించింది. అరుణ ఆలోచనలోపడింది. ఇక తన జీవితం అంతేనా? అనే దిగులు ఆవరించింది. పక్కనే శ్వేత అక్కను ఓదార్చేందుకు ప్రయత్నిస్తోంది.

''సార్! మీకోసం ఎవరో వచ్చారు. పెద్దవారులా వున్నారు'' అన్నాడు ఆఫీస్ అటెండర్ శ్రీనివాస్, దీపక్‌తో.

విషయం విన్న దీపక్ నాకోసమా? ఎవరై వుంటారు? అనుకుంటూ బయటకు వచ్చాడు. ఎదురుగా మామగార్ని చూసి ఎంతో వినయంగా ''అయ్యో! మావయ్యా! పిలిస్తే నేనే వచ్చేవాడిని కదా?'' అంటూ ఎదురుగా కూర్చున్నాడు. ''అరుణ ఎలా వుంది? అన్నాడు మరింత వినయంగా..

బతికే వుంది అనే మాట అనేవాడే కానీ తన కూతుర్ని అంత చులకన చేయడం ఇష్టం లేక.. మహారాణిలా వుంది'' అన్నాడు దర్పంగా..

''ఇంటికి ఎప్పుడు వస్తుంది? అంటూ నేలచూపులు చూస్తున్న దీపక్‌ని అడగాల్సినవన్నీ అడిగాడు హరినాథ్.

"మావయ్యా! మీరు కూర్చోండి. ఒక్క పది నిముషాలలో మళ్ళీ వస్తాను. ఇద్దరం కలిసి ఇంటికి వెళదాం అన్నాడు నవ్వుతూనే..

"ఇంటికా? ఎందుకూ మీ తల్లితండ్రుల దగ్గరనుండి మాటలు అనిపించుకోవడానికా?. అవసరం లేదు" అన్నాడు హరి మరింత కోపంగా, కఠినంగా..

"అదేమీ వుండదు. కాస్తంత ఓపిక పట్టండి మావయ్యా! ప్లీజ్. మా వాళ్ళు మిమ్మల్ని ఏమీ అనకుండా చూసుకోవడం నా బాధ్యత. నన్ను నమ్మండి" అనగానే ఇక చేసేది లేక సరే! రండి అన్నాడు అసహనంగా.

***

రెండు రోజుల తర్వాత హరినాథ్ ఇంటికి చేరుకున్నాడు. రాజేశ్వరి ఆత్రం ఆపుకోలేక "ఏమైందండీ? అల్లుడు బాగా మాట్లాడాడా? అసలేమంటాడు? అబ్బాయి తల్లితండ్రులు ఏమంటున్నారు?" అడిగింది

"నేను ఇపుడేగా వచ్చింది? కనీసం కాఫీ నీళ్ళయినా నాకిస్తావా? లేక ఇలా గుమ్మంలో నిలబడి నీకన్నీ చెప్పేంతవరకూ ఇంట్లోకి రానివ్వవా?" అంటూ గట్టిగా కసురుకున్నాడు హరి.

భర్త కోపం చూసి కాస్త ఎక్కువగానే భయపడింది రాజేశ్వరి. అయ్యో! నా ఆత్రం కూలా! మరీ ఇంత తొందర పడ్డానేమిటి? కూతురు ఆవేదన చూసి తను అడిగింది. అయినా తప్పే. గుమ్మంలోకి రాగానే ఇలా అడిగేయాలా? అనుకుని ఇక ఏమీ సమాధానం ఇవ్వకుండా మెల్లగా అనుసరించింది. మరోవైపు శ్వేతకు కూడా కంగారుగానే ఉంది. దీని లైఫ్ ఇలా అయిపోయిందేమిటి? అనుకుంది మనసులో..

తన భర్త విషయాన్ని ఎప్పుడు చెబుతాడో? ఎలాంటివి వినాల్సి వస్తుందో అనుకుంటూ ఆ ఏడుకొండలవాడికీ ఎన్నో మొక్కులు మొక్కుకుంటోంది రాజేశ్వరి.

తీరిగ్గా భోజనం చేసాక హరి ''రాజీ'' అని పిలవగానే ఒక్క ఉదుటున ముందుకొచ్చింది. రాజేశ్వరి కంగారు చూసి ఎంతో ఆవేదన కలిగింది హరికి. తల్లితండ్రులను ఇంత బాధపెట్టి ఈ పిల్లలు ఏం సాధించాలనుకుంటారో అనుకుంటూ.. కూర్చోమని సైగ చేసాడు.

''రాజీ! నేను చెప్పేది పూర్తిగా విను. ఊరికే అన్నింటికీ హైరానా పడి నన్ను హైరానా పెట్టకు'' అన్నాడు నింపాదిగా..

''అంటే.. అంది బేలగా ముఖం పెట్టి''

''అదే వద్దనేది. మనం పిల్లల్ని కంటాం కానీ, వారి రాతల్ని కనలేము. దాని రాత అలా వుంటే మనమేం చేయగలం? ఇకపై మనింట్లో అల్లుడు అనే మాట రావద్దు. మనం మన అమ్మాయికి విడాకులు ఇప్పించేస్తున్నాము'' అన్నాడు ఖరాఖండీగా.

''అయ్యో! అదేమిటండీ? అంతమాట అంటున్నారు? ఇంతకీ ఏమయిందట? పెళ్ళికి ముందు మనం అవి ఇస్తాము ,ఇవి ఇస్తాము అని చెప్పలేదు కదా? మన దగ్గర ఏమీ లేదని చెబుతూనే వున్నాముగా. ఇపుడేమయిందట? బంగారం లాంటి పిల్లని ఇచ్చాము. వాడికేం పోయేకాలం వచ్చింది?'' అంటూ కొంగు అడ్డం పెట్టుకుని కన్నీరు పెట్టుకుంది రాజేశ్వరి.

''ఎవరికి ఎందుకు పోయేకాలం వస్తుందో మనం చెప్పలేము రాజీ. నేను చెప్పింది విను. ఆ పిల్లవాడు చాలా మొండిగా వున్నాడు. చెబితే వినే రకంలా లేదు. దొరికినంత దోచుకుందామనే అనుకుంటున్నాడు. ఏం చేస్తాం? అందుకే ఈ నా నిర్ణయం. ఆడపిల్ల దొరకక అవతల మగవారు కొట్టుకుపోతున్నారు. నా బిడ్డకేం? మరొకడికి ఇచ్చి పెళ్ళిచేస్తాను. చూస్తాను. నాతో పెట్టుకుంటాడా? నేనేంటో? నా సత్తాఏంటో కూడా వాడికి చూపిస్తాను'' అన్నాడు మరింత కోపంగా..

హరినాథ్ మాటలకి కూతుర్లిద్దరూ వచ్చేసారు. అరుణను చూస్తూ.. "ఇలా రామ్మా! అరుణా! నువ్వేం కంగారు పడకు తల్లీ.. రేపే వాడి ముఖాన విడాకుల నోటీసు పంపేద్దాం. వాడు కాకుంటే ఇంకోడు. ఏమనుకుంటున్నాడు? నిన్ను చూస్తుంటే? సరిగ్గా మూడు నెలలు తిరక్కుండా మరోపెళ్ళి చేసి నిన్ను పంపేస్తాను. నువ్వేం బాధపడకమ్మా!" అనగానే ఒక్కసారిగా ఉలిక్కిపడింది అరుణ.

అంటే..ఆయన ఏ..ఏ..మన్నారు నాన్నా! అంది తడబడుతూ.

'ఏమంటాడమ్మా! నీతో ఏమన్నాడో, నాతోనూ అదే అన్నాడు. ఒక మర్యాద లేదు, పాడులేదు." అన్నాడు చిరాకుగా

"నువ్వు అక్కడికి ఎందుకు వెళ్ళావు నాన్నా? నాకు చెప్పకుండా" అంది ఆవేదనగా

"వెళ్ళాలి కదమ్మా...నువ్విలా కుమిలిపోతుంటే నేను, అమ్మ ఎలా సంతోషంగా వుండగలం?" అంటూనే "నువ్వెళ్ళి విశ్రాంతి తీసుకోమ్మా" అని కూడా అన్నాడు.

***

అరుణకు కాళ్ళు చేతులు వణికిపోయాయి. ఇదేంటి? ఇలా జరిగింది? తాను అనుకున్నది ఏమిటి? జరిగింది ఏమిటి? తను తప్పు చేసిందా? ఇంతకీ దీపక్ ఏమని వుంటాడు? జరిగిందంతా చెప్పేసి వుంటాడా? లేక నేనన్నానని తాను కూడా తన వెర్షన్‌లో గట్టిగా అడిగేసి వుంటాడా? దీపక్‌కి అంత ధైర్యం లేదే? ఇపుడెలా? ఇంతకీ నాన్న ఏమనుకుంటున్నాడు? అసలు నాన్న అక్కడికి వెళతానని తనకెందుకు చెప్పలేదు? ఉన్నట్లుండి నాన్న వెళ్ళే సరికి దీపక్ ఎలా రియాక్ట్ అయివుంటాడు? అత్తమామలు ఏమనుకుని వుంటారు? వాళ్ళేమని వుంటారు? తనకున్న ఆశలు తీరటం లేదని, వారు అడిగారని, అల్లుడు అత్తమామలు వేధిస్తున్నారని చెబితే కనీసం నాన్న హనీమూన్‌కైనా పంపుతారని ఆశపడింది. చిన్నతనం నుండి సిటీబస్‌లో వెళ్ళి

విసుగొచ్చిన తాను కారు కావాలని అడిగితే బావుండదని తానే కారు కావాలంటున్నారని వారిపై నింద వేసింది. అప్పటికీ దీపక్ అంటూనే వున్నాడు. ''పాపం! మీ నాన్న దగ్గర అంత డబ్బు లేదు. మనం హింసించడం అంత మంచిది కాదేమో! ఒకవైపు ఎదిగిన మీ చెల్లెలుంది. ఎక్కడ్నించి తెస్తాడు? అని.. కానీ తానే వినకుండా అలా వూరుకుంటే మనకేం రాదు. చిప్ప మిగులుతుంది. అప్పులో అప్పు. ఇలా అడగకుండా నిత్యం సర్దుకుంటూ పోతే మనకేం రాదు. ఇస్తాడు లెండి. ఇంకా నాన్నకి నాలుగేళ్ళ సర్వీసు వుంది'' అని తానే ఇలా ప్లాను వేసి మరీ దీపక్‌ని ఒప్పించింది. ఇపుడెలా? ఈ విషయం నాన్నకు తెలిసివుంటే ఇక నాముఖం చూడనైనా చూడడు.

అయినా ఏదయినా అడిగితే ఇస్తానో, ఇవ్వనో అనే విషయం చెప్పాలి కానీ, ఈ చిన్నదానికే నాన్న విడాకులు ఇప్పిస్తాను అంటాడేమిటి? దీపక్ విడాకులు ఇస్తానంటే ఏమంటాడో? పాపం! తన తప్పే లేకుండా తాను చేసిన తప్పుకు దీపక్ అనుభవిస్తాడు. దీపక్‌కి తానంటే ఎంత ప్రేమ? ఇపుడెలా? దీపక్ ఏంటి? నేనే దీపక్‌ని వదిలి వుండలేను. ఎలా ఎలా ఎలా? అనుకుని రాత్రంతా నిద్రలేకుండా గడిపింది అరుణ.

***

'ఏవండీ! ఏవండీ!''

''ఏంటే నీ గోల? విసుక్కున్నాడు నిద్ర లేపినందుకు హరినాథ్

''అమ్మాయి వెళ్ళిపోతోందండీ''.

''ఎక్కడికీ? అయినా వెళ్ళనీ. చెప్పి వచ్చిందా? చెప్పి వెళ్ళడానికి'' అన్నాడు కేర్ లెస్ గా.

''అదేం మాటండీ? అది ఎక్కడికి వెళుతోందో మీరు అడగరా? మీకు ఆమాత్రం బాధ్యత లేదా?'' అంది కోపాన్ని, చిరాకును గొంతులో పలికేలా రాజేశ్వరి.

"ఎక్కడికి వెళుతుందీ? వాళ్ళింటికి అది వెళుతుంది.అంతే" అన్నాడు నింపాదిగా.

"అక్కడికా? వెళ్ళి ఏం చేస్తుందీ? వాళ్ళు మళ్ళీ దాన్ని రాచి రంపాన" అనే లోగానే.. అందుకుని "దీన్నెవరు పెడతారే రాచి రంపాన? ఇదే వందమందిని రాచి రంపాన పెట్టగలదు" అన్నాడు ముసుగేసుకుంటూ..

"అంతా నా ఖర్మ" అంటూ బయటకు వెళ్ళింది... బయలుదేరుతున్న అరుణను నిలదీసి అడిగింది " ఎక్కడికే" అని..

"మా ఇంటికి..." అంది నెమ్మదిగా.

"అక్కడ...వాళ్ళు నిన్ను ప్రశాంతంగా వుండనిస్తారుటే" అంది దగ్గరకు తీసుకుంటూ.

సమాధానం లేదు.. అమ్మ పాదాలకు నమస్కరించింది. అపుడే లేచి బయటకు వచ్చిన తండ్రి పాదాలకు నమస్కరించింది. వెళ్లొస్తాను నాన్నా!" అంది..కనిపించని కన్నీళ్ళతో..

అక్కడ పరిస్థితిని గమనించిన హరినాథ్.. కూతుర్ని దగ్గరకు తీసుకుని "ఏదయినా కష్టపడి సంపాదించాలి కానీ ఇలా ఒకరిని అడిగి, నాటకం ఆడి ఎంతకాలం జీవిస్తాము?" అని గట్టిగా అడుగు మీ ఆయన్ని" అన్నాడు నవ్వుతూ..

అరుణకు ఎక్కడ తగలాలో అక్కడ తగిలింది.. "క్షమించండి నాన్నా" అంది మెల్లగా..

"క్షమించడం ఏమిటే? నువ్వేం చేసావని.. అభం శుభం తెలియని పిల్లవి"అంది తల్లి ప్రేమగా దగ్గరకు తీసుకుని బొట్టు పెట్టి చీర సారె అందిస్తూ..

వినాయకునికి తడిసి జొరమొస్తే

పి.బాలాత్రిపుర సుందరి

హైదరాబాద్

Ph: 9441263871

తాతగారూ రేపేగా వినాయకచవితి! మనం గణపతిని, పత్రి, పూలు గరిక కొనాలి. 'బజారెళదాం రండి' అంటూ మనవళ్ళు, మనవరాళ్ళు నిద్ర పోతున్న తాతగారి చుట్టూ చేరి నిద్ర లేపుతున్నారు.కొడుకు పిల్లలు, కూతురి పిల్లలు కలిసి వినాయక చవితి పండగ తాతగారి ఊళ్ళో చేసుకుందామని నిశ్చయంతో ఈ ఊరు వచ్చారు. మధ్యాహ్నపు వేళ అరుగుపై మా గన్నుగా కునుకు తీస్తున్న తాతగారిని ఊపి ఊపి లేపారు పిల్లలు. వారు నిన్ననే పట్నం నుంచి వచ్చారు. అది అందమైన పల్లెటూరు. ఆయనకి ఇరవై ఎకరాల పొలం. అందులో చక్కని పెద్ద మండువా ఇల్లు. మధ్యలో ఖాళీ భాగం ఆకాశానికీ తెరిచి ఉంటుంది. దానికి రక్షణ కోసం ఐరన్ మెష్ ఉంది. ఎండా, వానా అందులో నుంచి పడుతూ ఉంటుంది. సహజ సూర్య కాంతి, ఆ ప్రదేశం అంతా చలికాలం వెచ్చగా ఉంటుంది. వెనకాతల పెద్ద జాగా శుభకార్యాలు చేసుకోవచ్చు. తరువాత పెద్ద గేటుతో కాంపౌండ్ వాల్ . అది దాటుకుంటే ఆయన పొలం..తోట. రకరకాల పళ్ళ చెట్లు. పొలం గట్లమీద కూరగాయలు పండిస్తారు. దొడ్లో వాళ్ళ నానమ్మ , అమ్మ పిండి వంటల పనుల్లో మునిగి పోయారు. మీ నాన్న ఏడిరా? అని పిల్లల్ని తాతగారు అడిగారు. "లేరు, వాళ్ళ ఫ్రెండ్స్ ని కలుసుకోవాలట. వెళ్ళారు "అన్నారు పిల్లలు . 'సరే' అంటూ తాతగారు లేచి మొహం కడుక్కొని,

చెంబెడు నీళ్లు తాగి స్థిమిత పడి పిల్లలతో, 'నాయనలారా! ఇక్కడ పత్రీ ,గరిక, పూలు కొనక్కరలేదురా!'అన్నీ మన దొడ్లోనే దొరుకుతాయీ. రండి తెచ్చుకుందాం! తలా ఒకరికి కుట్టించిన గుడ్డ సంచులు ఇచ్చారు తాతగారు. తాత గారెంబడి పాలేరు గోపన్నను కూడా బయలుదేరమన్నారు.

***

వెనక వైపు తలుపు తెరిచి జాగ్రత్తగా మెట్లు దిగారు. ఓ పది మెట్లున్నాయి .ఆ తర్వాత విశాలమైన మైదాన ప్రదేశం హోరుగాలికి ఎగురుతున్న దుస్తులు సవరించుకుంటూ ఆడపిల్లలైతే మొహాన్ని తెరలా మూసేస్తున్న జుట్టును రెండు చేతులతో ఒత్తి పట్టుకుంటూ, పరిగెడుతూ పట్టరాని ఆనందంతో కేరింతలు కొడుతున్నారు.

ఈ లోపల కూతురు కళ్యాణి అల్లుడు రమేష్ వచ్చి వాళ్లని చేరారు. "ఏం! బాబూ!ప్రయాణపు అలసట తీరిందా "! అల్లుడినిమామగారు పలకరించారు.

"ఆ! మామగారు మంచి నిద్ర పట్టింది. మీఅమ్మాయి తోటలో పూజపత్రీ ,పూలు పండ్లు సేకరిస్తోంది."అన్నాడతను. ఈలోపు దొడ్డి తలుపు వైపునుంచి నాయనమ్మ కాంతమ్మ గారు ,"ఇదిగో ఈ కారపూస, జంతికలు తిని కాసిని మంచినీళ్ళు తాగండి.

ఈ లోపు కాఫీలు, పిల్లలకి పాలు వస్తాయి. "దొడ్డి గుమ్మం నుంచి ఆవిడ అందించినవన్నీ అందుకొచ్చి చిన్న చిన్నగా కట్టించిన అరుగుల మీద పెట్టాడు పాలేరు గోపాలం. టిఫిన్, కాఫీలు కార్యక్రమాలు పూర్తయిపోయాయి.సాయంత్రం నాలుగవుతోంది, వెచ్చని నీరెండ..పది ఆడగులు దూరంలో పొలం, దాని గట్టెంబడి గలగల పారుతున్న పంట కాలువ. పొలానికి నీరు పారిస్తున్నాడు మరో పాలేరు వెంకడు. పాలేరు వెంకడి సహాయంతో కూతురు కల్యాణి వినాయకుని పూజకు కావలసిన ఏకవింశతి పత్రాలని విడివిడిగా సేకరించి వాటిని శుభ్రం చేసి వేటికవే వేరే

వేరే కట్టలు కట్టించింది. వాటికి పేపరు మీద వాటిపేర్లు, ఆ మూలికల వైద్య విలువలు అన్ని వివరాలను వ్రాసి ఆ కట్టలపైన స్టిక్కర్ టేప్ తో అంటించింది. ఇవన్నీ వివరాలు పిల్లలకు చెప్పాలని ఆమె తాపత్రయం. చేనుకి చివరి ఓ నాలుగు గదుల పెంకుటిల్లు ముందు పెద్ద వరండా. కొన్ని నవారుపట్టీ మంచాలు, కొన్ని నులకమంచాలు పక్కకు నిలిపి పెట్టారు.

ఎవరైనా వచ్చినపుడు అప్పటికప్పుడు నవారు మంచంవాల్చి తెల్లటి దుప్పటి దిండు పరిచి ఉంచుతారు. అలా వాల్చిన మంచంమీద అల్లుడు రమేష్ పచ్చని పైరుగాలి పీల్చుకుంటూ.. ప్రకృతి అందాన్ని ఆస్వాదిస్తూ హాయిగా నిద్రపోయి ఫ్రెష్ ఫీలింగ్ తో లేచాడు. ఇంతలో పొలాన్ని, చెట్లను పరిశీలించి అందరితో కుశలం మాటలాడుకొని వినాయకపూజకి కావలసిన పత్రిని, కమలాపూలను, చేమంతులు, గులాబీలు, మరువం, సన్నజాజి ,మల్లెలలో రకాలు కనకాంబరాలు, సంపెగలు, శివలింగం పూలు ,బంతిపూలు బుట్టలలో సేకరించి శుభ్రం చేసి పెట్టుకుంది. దేముడుకి కొట్టడానికి కొబ్బరికాయలు, తాగడానికి నీటికాయలు కొబ్బరి గెలలు దింపించింది. అన్నీ పెంకుటింటి దగ్గర చేర్చింది. పత్రి బండిల్స్ దగ్గరికి పిల్లలను తీసికెళ్ళి ఆ ఆకులు ఇరవై ఒక్క రకాలైన వాటి పేర్లను ,వాటి ఆయుర్వేద వైద్య ఉపయోగాలను పిల్లలకి అర్థం అయ్యేట్లు బోధించింది . ఒక్కొక్క రకానికి కొన్ని తీసి రబ్బరు బాండ్ వేసి 21 రకాలు వారు తెచ్చుకున్న సంచీలలో వేసింది. పూజ చేసేటపపుడు మంత్రం రాగానే ఆ మంత్రానికి సంబంధించినపత్రం గుర్తించి వినాయకునికి సమర్పించాలి అన్నమాట.

***

ఇంక అసలు ముఖ్యమైన పని. వినాయకుడుని తయారు జేయడం ఒక్కటి మిగిలింది . ఇంతలో పనివాళ్ళు చెరువులో మట్టిని తీసి ఆరబెట్టి పక్కకు పోసిన దానిని

రాళ్ళు రప్పలు ఏరి మెత్తగా జల్లిడి పట్టిన మట్టిని బస్తాలో ఎత్తి తెచ్చి నాపరాళ్ళ మీద పోసి మధ్యలో గుంట చేసారు. అందులో ఓ చెంబుడు ఆవుపాలు తలా కొంచెం పోస్తూ జైజై గణేశా!అంటూ తాతగారు అందరిచేత పోయించారు. ఓ చారెడు పసుపు వేసి నీళ్ళు పోస్తూ ఆ మట్టిని కలిపి అరచేయంత ముద్దలు గా చేసిపెట్టారు తాతగారు, కొడుకు రాజేష్. అందరూ కలిసి కూతురి కల్యాణి చెప్పే ఆర్టిస్టిక్ సూచనలతో చక్కని మట్టి వినాయక విగ్రహం సింహాసనం మీద కూర్చున్నట్లుగా అందంగా తయారు చేసారు. కొన్ని మట్టితోనే పూసలు చేసి వాటికీ మంచి పర్యావరణ హితమైన రంగులు వేసి చమ్కీ దారాలతో గుచ్చి రకరకాలుగా హారాలు తయారు చేసారు. కిరీటం, చేతికి కాళ్ళకి నగలూ ఊళ్ళో కంసాల చారి గారి అబ్బాయిని పిలిపించి మరింత ప్రొఫెషనల్ లుక్ వచ్చేట్లు అందమైన మట్టి కిరీటం లో రంగులు ఆర్టిఫిషియల్ స్టోన్స్, చమికీలూ అంటించి చాలా అద్భుతంగా తయారు చేసారు. చేతులకు, భుజాలకి, కాళ్ళకి ఎంతో శ్రద్ధగా మట్టి ఆభరణాలను కూడా తయారు చేసారు. నడుముకు, చేతులకి మట్టి పాములను చేసి రంగులద్ది నిజమైన పాములా తీర్చిదిద్దారు. పాదాలకు ఆభరణాలు అందంగా చేసారు. ఇక పాదుకల విషయం లో ఇది వరకే పాదుకలు చెక్కతో చెక్కించినవి దత్త పీఠం లో గురువుగారి ఆశీర్వాదము పొంది ప్రసాదముగా తెచ్చుకోబడిన పాదుకలు.. వాటిని ముందు ఒక ఇత్తడి ప్లేట్ లో పెట్టి పాదుకులను పదకొండు రోజులు పూజించి పూజగదిలో పెట్టారు. గురు అనుగ్రహం పొందిన పాదుకలు ఈ తొమ్మిది రోజులు ప్రజల దర్శనం కోసం గణపతి నూతన మట్టి విగ్రహం ముందు ఉంచుతారు.

***

మగవారు కలిసి తోటలోనే పెద్దపందిరి వేసారు. వంటలన్నీ తోటలోని కూరగాయలతోనే.. ఇంట్లో పండిన మినుములు, కందులు, వడ్లు, పెసలు, శనగలు,

ఎండు మిరపకాయ దగ్గరనుంచి ముందే ఆడించి బస్తాలలో కెక్కించి నిల్వ చేసుకున్నారు. భూమి ఉన్నవాడికి పాడి ఉన్నవారికి ఎంత ధైర్యం ఎన్ని పండగలైనా పంచభూతాలకు సంబంధించినదేగా! ప్రకృతి కరుణించి వాన చినుకు పడితే పండగ.. విత్తునాటితే పండగ, తొలి చిగురు వేస్తే పండుగ, పంట నూర్చిన పండగ, పంట ఇంటికి వస్తే పండగ ,పశువు కడితే పండగ, పశువు ఈనితే పండగ.... రెండెకరాలు, ఒక మోటబావి, రెండుకాడెడ్లు, రెండు పాలిచ్చేగోమాతలు.. చాలదా మనిషికి జీవనాధారం..పచ్చని కూర ,చల్లని గాలి, తీయని పండు,పచ్చడి అన్నంతిని వెన్నెలరాత్రిలో నులకమంచం మీద కండువా పరిచి శరీరం నిదరలోకి ఒరిగితే అదే ధ్యానం..అదే స్వర్గం"కళ్యాణి భావుకతతో పిల్లలకి చెపుతున్నట్టుగా తనలో తాను చెప్పుకుంటూ పోయింది. పెట్టిన సెలవులలో తొమ్మిది రోజులు అయిపోయాయి. గణపతిని తొమ్మిదో రోజున పంట చేను మధ్య కొంచెం గుంట తీసి అందులో నిలబెట్టి అందరూ తలా ఒక బిందె చొప్పున నీళ్ళు పోసి గణపతి నిమజ్జనం చేసారు. పూర్తిగా నిండిపోయేవరకు అభిషేకం చేసినట్లు స్నానం చేయించారు.

అందరి హృదయాలు బరువెక్కాయి. ఆడవారు కొంగులు అడ్డం పెట్టుకొని బాధపడుతున్నారు. ఇన్ని రోజులు అలంకారాలు, పూజలు, నివేదనలు అందుకున్న స్వామిని నిమజ్జనం లో రూపురేఖలు కరిగిపోయి క్రమేణా మళ్ళీ మట్టి ముద్దవుతుంటే అందరికి చూడటానికి దిగులేసింది. క్రమేణా కరిగి పోతుంటే రూపుమారిపోతుంటే .. పిల్లలు పిక్కటిల్లి ఏడుస్తున్నారు. వారు చిన్న బకెట్లతో నీరు నింపి స్వామి కాళ్ళను చేతులను ప్రేమగా నిమురుతున్నారు. తల్లుల కొంగు పట్టుకొని ఏడుస్తున్నారు ."మళ్ళీ వినాయక పండగ ఎప్పుడమ్మా"అప్పుడు మళ్ళీ ఇలా నీళ్ళు పోసి పంపొద్దు .?మనమే ఊరికి తీసుకెళదాం! సరేనా!అంటూ చింటూ వాళ్ళమ్మ చెంగులు లాగి మారాం చేస్తున్నాడు. "తప్పు నాన్నా! ఇది ఆచారం.

వినాయకుడుని వాళ్ళమ్మ ఇంటికి పంపాలి కదా! ఇలా స్నానం చేయించి పంపాలి. ఇలా చేయడం "నిమజ్జనం" అంటారు నాన్న.అమ్మ సమధానం తో చింటూ తృప్తి పడలేదు. మరేమో ఇలా నీళ్లు పోస్తే, తడిసి తడిసి, వినాయకునికి జ్వరమొస్తే! ఎలా! అక్కడ డాక్టర్లు ఉంటారా?"చింటూకి అనుమానం పట్టుకుంది . రాత్రి కలలో చింటూకి వినాయకుడు జలుబు తో తుమ్ముతున్నట్టు, దగ్గు జ్వరంతో బాధ పడుతూ "చింటూ రారా! జ్వరమొచ్చింది చూడు అని తనని పిలుస్తున్నట్టు కలవరింత.

అల్లుడి గారి ఆఖరి కట్నం

యం. రమేష్ కుమార్

విజయనగరం

Ph: 94924 54678

రఘురామయ్య రిటైరయ్యే సమయానికల్లా ఇద్దరు కొడుకులకు, కూతురికీ పెళ్ళిళ్ళు చేసేశాడు. ఎవరి బ్రతుకులు వాళ్ళు బ్రతుకుతున్నారు. ఉద్యోగరీత్యా ఒక్కొక్కరు ఒక్కోచోట సెటిలయ్యారు. ఎవరికివ్వాల్సింది వారికిచ్చేసి సొంతింట్లో భార్యతో హాయిగా కాలం గడిపేస్తున్నాడు. ఆయనకొచ్చే పెన్షన్ డబ్బులు వారిద్దరికీ సరిపోతున్నాయి.

రఘురామయ్యకి ఒకటే చింత! అల్లుడు ప్రభాకర్ తో ఆయనకు చిక్కొచ్చిపడింది. మామూలుగా అతనితో అంతా బాగానే వుంటుంది. అత్తారింట్లో కూడా మర్యాదల్ని ఆశించడు. అందరితో కలివిడిగా వుంటాడు. చాలాసార్లు అత్తారింట్లో కూడా తానే ఏదో ఒకటి తెస్తూ చేతి డబ్బులు ఖర్చు పెడుతుంటాడు. వాళ్ళ పిల్లలకు కూడా రఘురామయ్య ఏవైనా బొమ్మలు, వస్తువులు కొన్నా 'వాళ్లకి మీరెందుకండీ కొనిపెట్టడం.. నేనున్నాను గదా.. మీకెందుకు అనవసరపు ఖర్చు' అంటాడు. కానీ ఏదైనా పండగొస్తే మాత్రం ముక్కు మీద గుద్దినట్టు 'నాకు ఇంత పండగ కట్నం కావాలి..' అని నిర్మొహమాటంగా అడిగి తీసుకుంటాడు. అది కూడా ప్రతిసారీ పెద్ద మొత్తమే ఇవ్వాల్సి వస్తోంది. ఈ విషయంలో మాత్రం ఆయనకి చాలా ఇబ్బందిగా అనిపిస్తోంది.

రఘురామయ్య గారి భార్య సత్యవతికి కూడా అల్లుడి విషయం ఇబ్బందిగానే వుంది. అదలా వుంచితే ఒక్కోసారి ఆమె ఆలోచనలు పరివిధాలుగా సాగుతాయి.. 'ఈయన చూస్తే ముందుగానే ఆస్తి పంపకాలు చేసేశారు. తమ పేరు మీదంటూ ఏమీ వుంచుకోలేదు.. బ్యాంకులో కూడా పెద్దగా నిల్వ ఏమీ లేదు. తమకు రేప్పొద్దున్న ఆరోగ్యం బాగులేకపోతే ఒక ఆధారం అంటూ వుంచుకుంటే బాగుండేది. కనీసం మినిమం బ్యాంకు బాలెన్సు అయినా వుంచుకుంటే ధీమాగా వుండేది. అవతల ఇద్దరు కొడుకులవీ ప్రైవేటు ఉద్యోగాలే! డబ్బు అవసరం పడితే తమ పరిస్థితి ఏమిటి?' అని ఆలోచించుకుంటూ వుండేది. అదే విషయం భర్తతో కూడా అనేది. కానీ ఆయన ఆ మాటను ఏనాడూ పట్టించుకోలేదు. 'మనకేమిటి? కొండంత అండగా ఇద్దరు కొడుకులు వున్నారు. ఏదైనా వస్తే వాళ్ళు చూసుకోరా ఏమిటి?' అనేవాడు.

సత్యవతికి అసలైన చికాకు మరొకటి వుంది. రఘురామయ్యకి పేకాట పిచ్చి అధికం. వచ్చిన పెన్షన్ లో ఎక్కువ మొత్తం ఆయన వుంచుకొని పేకాట క్లబ్బుకి ఖర్చు పెడుతుంటాడు. 'ఎందుకండీ.. పంచినవి ఎలాగూ పంచేశారు. వచ్చిందాంట్లో కొంతైనా పొదుపు చేసుకుంటే రేపు అకస్మాత్తుగా ఏదైనా ఖర్చు వచ్చినప్పుడు పనికివస్తుంది కదా..' అన్నా ఆయన వినిపించుకోడు. ఇంటి ఖర్చులకి మాత్రం సత్యవతికి ఇస్తుంటాడు.

పరిస్థితులు ఇలా వుండబట్టి అల్లుడికి పండగ కట్నం ఇచ్చే విషయంలో మాత్రం సత్యవతి ముందుగానే జాగ్రత్త పడుతుంది. ఆ డబ్బును భర్తే సర్దాలనీ, తనకి ఇంటి ఖర్చు కోసం ఇచ్చే డబ్బులు తగ్గిస్తే మాత్రం ఒప్పుకోనని ఖచ్చితంగా చెప్తుంది. అందుకోసం ముందు జాగ్రత్తగా ఏదైనా పండగ వస్తోందంటే ఆ ముందు రెండు నెలలు భర్త తీసుకునే డబ్బులో కొంత కోత పెట్టి జాగ్రత్త చేస్తుంది. ఆ విషయంలో 'నా సరదా ఖర్చుల్ని అల్లుడు మింగేస్తున్నాడే..' అంటాడు రఘురామయ్య.

సంక్రాంతికి కొడుకులూ, కూతురూ అందరూ వచ్చారు. ఆ నాలుగు రోజులు ఎంతో సంబరంగా గడిచాయి. రఘురామయ్య, సత్యవతిలకు ఆనందంతో మనసు నిండిపోయింది. అమ్మానాన్నలకి బట్టలతో పాటు ఇంట్లోకి కావలసిన చిన్న చిన్న వస్తువులు కూడా కొని తెచ్చారు కొడుకులు.

“చూడవే.. నా కొడుకులు బంగారుకొండలు. వాళ్ళు వుండగా మనకే చింతా లేదు.ఉన్నన్నాళ్ళూ ఆనందంగా బ్రతికెయ్యొచ్చు..”భార్యతో అన్నాడు.

“అలా వుండడమే మనకూ కావాలి..”అంది సత్యవతి.

ఎప్పటి మాదిరిగానే అల్లుడు ప్రభాకర్ “ఈసారి కూడా నాకు గానీ, మీ అమ్మాయికి గానీ, మీ మనవలకు గానీ బట్టలు పెట్టక్కర్లేదు.. దాని బదులు ఓ పదివేలు ఇచ్చెయ్యండి.. ఇంకాస్త కలిపి ఇచ్చినా సంతోషిస్తాను”నిర్మొహమాటంగా చెప్పాడు. రఘురామయ్యకు ఒళ్ళు మండింది గానీ ఏమీ అనలేక మనసులోనే తిట్టుకున్నాడు. అయినా అల్లుణ్ణి సంతృప్తి పరచడానికి అతను అడిగిన పదివేలకి మరో రెండువేలు కలిపి పన్నెండు వేలు సమర్పించుకున్నాడు.

కొడుకులతో మాట్లాడుతూ.. “చూడండ్రా.. మీ అమ్మకు ఒకటే బెంగ.. మా దగ్గర డబ్బేమీ వుంచుకోకుండా అంతా పంచి ఇచ్చేశాను కదా.. మరి మనకు ఏదైనా ఆపద వస్తే ఎలా? అంటుంది. నేనేమో ఇద్దరు కొడుకులుండగా మనకేమిటి బెంగ? అంటాను. మా ఇద్దరికీ ఎప్పుడూ ఇదే వాదన!”నవ్వుతూ అన్నాడు రఘురామయ్య.

“ఎందుకు నాన్నా ఆపదల గురించి ఆలోచించడం? మీకేమీ కాదు. అయినా అమ్మ కంగారు గానీ దేనికైనా మేమున్నాం కదా! మీరు వున్నదేదో పంచి ఇవ్వడం వల్ల మేము కూడా కాస్త ఆర్థికంగా నిలదొక్కుకోగలిగాం”అన్నాడు పెద్ద కొడుకు.

“అవున్నాన్నా.. మేముండగా మీకెందుకు అలాంటి ఆలోచన? దేనికైనా మేమున్నాం కదా!”చెప్పాడు చిన్న కొడుకు.

'చూశావా.. నా కొడుకుల సంగతి!' అన్నట్టు భార్య వైపు చూశాడు రఘురామయ్య.

సత్యవతి ఏమీ అనలేదు.

పండగ సరదాలు అయిపోయి అంతా ఎవరిళ్లకు వాళ్ళు వెళ్ళిపోయారు.

కాలం ఎప్పుడూ ఒకేలా వుండదు. ఒక రాత్రి పూట రఘురామయ్యకి గుండెల్లో నొప్పి వచ్చింది. ఇరుగు పొరుగు సహాయంతో హాస్పిటల్లో జాయిన్ చేశారు. డాక్టర్లు పరీక్ష చేసి రక్తనాళాల్లో అడ్డంకులున్నాయనీ, రెండు స్టెంట్ లు వెయ్యాలనీ చెప్పారు.

మరుసటి రోజుకి కొడుకులు వచ్చారు. కూతురు కూడా వచ్చింది. డాక్టర్ ని కనుక్కుని మొత్తం ఖర్చు లెక్క వేస్తే ఒక లక్షా యాభైవేల వరకూ లెక్కకు వచ్చింది. సత్యవతి కొంత ఆందోళనకు గురయ్యింది. రఘురామయ్య తనకేమౌతుందో అని మొదట భయపడినా కొడుకులు వచ్చాక చెయ్యవలసిందేదో వాళ్ళే చూసుకుంటారనీ, తనకేమీ భయంలేదనీ కాస్త ధైర్యం తెచ్చుకున్నాడు.

ఉదయం పదిగంటల వేళప్పుడు సత్యవతి ఓసారి ఇంటికెళ్ళి తిరిగి హాస్పిటల్ కు వస్తోంది. ఆ సమయంలో వరండా పక్కనుంచి వెళుతుండగా చిన్నకొడుకు గొంతు వినబడి ఆగింది. ఆ పక్క ఖాళీగా వున్న ఓ గదిలో కొడుకులిద్దరూ ఏదో మాట్లాడుకోవడం ఆమెకు ఒక వారగా తీసివున్న కిటికీ రెక్క నుంచి కనబడింది.

"నువ్వేదో తంటాలు పడి తెస్తావని నేననుకుంటున్నాను అన్నయ్యా.. నా సంగతి నీకు తెలిసిందే కదా.. అరకొర జీతం.. సేవింగ్స్ ఏమీ లేవు. అసలు పిల్లల కాన్వెంటు ఫీజులకే ఒకోసారి అప్పు చేయాల్సి వస్తోంది"అంటున్నాడు చిన్నకొడుకు అఖిల్.

"నేను మాత్రం ఆఫీసరు పోస్టులో వున్నానా ఏమిటి? నా పరిస్థితీ నీలాంటిదే కదా.. ఏదో చిన్న మొత్తం అయితే పర్వాలేదు గానీ లక్షా యాభైవేలు సడన్ గా నేనెక్కడ తేగలను?"పెద్దకొడుకు రవి ప్రశ్న.

“ఇప్పుడెలా మరి.. ఈ గండం నుంచి గట్టెక్కాలంటే ఎలాగో మనమే డబ్బులు సర్దుబాటు చెయ్యాలి.. వీలైనంత వేగంగా ఆపరేషన్ చెయ్యాలంటాడు డాక్టరు.. ఎలాగో.. ఏమిటో..?”

“నేనూ అదే ఆలోచిస్తున్నాను.. ఇప్పటికప్పుడు అంత పెద్ద మొత్తం ఇచ్చి మనల్ని ఆదుకునే వాళ్ళెవరూ కనిపించడం లేదు.. అమ్మని అడిగితే మా దగ్గర ఏమున్నాయిరా.. వున్నదేదో మీకే పంచి ఇచ్చాం కదా.. పెన్షన్ డబ్బుల్లో కూడా మిగిలించింది ఏమీ లేదు. ఓ పదివేలు చేతిలో వున్నాయి. అవి ఏ మూలకి సరిపోతాయి? మీరే చూడాలి అంటోంది. ఏదేమైనా మనమే ఏదో రకంగా తంటాలు పడాలి”పెద్దకొడుకు చెప్తున్నాడు.

సత్యవతికి కొడుకుల సంభాషణ భయం కలిగించింది. మరి అక్కడ వుండలేక భర్తను వుంచిన రూమ్ వైపుగా గబగబా సాగిపోయింది.

రఘురామయ్య బెడ్ పక్కనే కూర్చున్న ఆమె మనసులో ఆలోచనలు సుడులు తిరుగుతున్నాయి. ‘అసలు కొడుకులు డబ్బు సర్దుబాటు చెయ్యగలరా..? లేకపోతే ఏమవుతుంది? ఇవతల ఈయన చూస్తే కొడుకుల మీద భారం వేసి నిశ్చింతగా నిద్ర పోతున్నారు. అవతల వాళ్ళ సంభాషణ చూస్తే భయం వేస్తోంది.. ఇప్పుడేం చెయ్యాలి?’ అని ఆలోచించుకుంటూ సతమతమైంది సత్యవతి. కొడుకులిద్దరూ అక్కడకు వచ్చి తండ్రిని చూసి మళ్ళీ ఎటో వెళ్ళారు. డబ్బు కోసం ప్రయత్నాలు చేస్తున్నారనుకుంది సత్యవతి.

మధ్యాహ్నం అయ్యేసరికి అల్లుడు వచ్చాడు.

“ఆపరేషన్ వెంటనే చెయ్యాలంటున్నారు. మావాళ్ళు చూస్తే ఇంకా డబ్బు సర్దుబాటు చెయ్యలేదు.. ఏమిటో అర్థం కావడం లేదు బాబూ..”అల్లుడితో కాస్త ఆందోళనగా అంది సత్యవతి.

“అదేమిటత్తయ్యా.. ఇప్పుడే నేను రిసెప్షన్ లో కనుక్కుని వస్తున్నాను.. బావలిద్దరూ కలిసి మొత్తం డబ్బు కట్టేశారట.. సాయంత్రమే ఆపరేషన్!”చెప్పాడు.

ఆ మాటతో సత్యవతి మొహం వికసించింది. మొత్తానికి ఇద్దరూ కలిసి ఏదోరకంగా ఏర్పాటు చేశారు. ఇంక పరవాలేదు.. అని కుదుటపడింది.

ఆ సాయంత్రమే రఘురామయ్య గారికి విజయవంతంగా ఆపరేషన్ జరిగిపోయింది. మూడురోజుల్లోనే ఇంటికి కూడా పంపించారు.

ఆరోజు సాయంత్రం ఇంట్లో అంతా కూర్చుని మాట్లాడుకుంటున్నారు. అల్లుడు సాయంత్రం మళ్ళీ వస్తానని చెప్పి ఇంటికి వెళ్ళాడు. కూతురు విమల ఇంకా ఇక్కడే వుంది గానీ లోపలెక్కడో ఏవో పనులు చక్కబెట్టుకుంటోంది.

“ఏమైనా అల్లుడి తీరు నాకేం నచ్చలేదురా..”అన్నాడు రఘురామయ్య.

“అదేం నాన్నా.. మధ్యలో బావేం చేశారు?”అడిగాడు పెద్దకొడుకు రవి.

“మీ చేతిలో సమయానికి డబ్బు వుందో లేదో తెలీదు. మా దగ్గర కూడా ఏదో చిన్న అమౌంటు తప్పితే అంతకుమించి డబ్బు లేదు. మొత్తానికి ఏదో తంటాలు పడి మీరు డబ్బులు అరేంజ్ చేశారు. కానీ బావ కనీసం ఒక్కమాట.. అదే డబ్బులు ఉన్నాయా? ఏమైనా సర్దమంటారా? అని కనీసం ఒక్కమాట అడిగాడా మిమ్మల్ని? పండక్కి మాత్రం కొత్త పెళ్ళికొడుకు లాగా ముక్కు మీద గుద్ది మరీ కట్నం వసూలు చేసుకుపోతాడు..”కాస్త అసహనంగా అన్నాడు రఘురామయ్య.

“అలా అనకు నాన్నా.. బావ మంచివాడే గానీ..”ఏదో చెప్పబోయాడు అఖిల్.

“చాల్లేరా.. ఇంకా అతనికి సపోర్టు చేస్తున్నావు. తల్చుకుంటే నాకు ఒళ్ళు మండిపోతోంది. ఆ మనిషికి కనీసం సిగ్గూ, శరమూ..”అని రఘురామయ్య అంటుండగా పెద్దకొడుకు రవి అడ్డుపడి “ఇంక చాలు.. ఆపండి నాన్నా..”అని గట్టిగా అన్నాడు.

రఘురామయ్య నివ్వెరబోయి అతని వంక చూశాడు.

“అవున్నాన్నా.. ఇంక ఈ విషయాన్ని దాచటం నా వల్ల కాదు.. నిజానికి నేనూ, తమ్ముడూ ఎంత ప్రయత్నించినా ఆపరేషన్ కి కావలసిన సొమ్ము సమకూర్చలేకపోయాం. బావ ఆరోజు మధ్యాహ్నం వచ్చాడు.. రావడమే మొత్తం డబ్బు తీసుకుని వచ్చాడు. వెంటనే కౌంటర్లో చెల్లించి ఆపరేషన్ ఆ సాయంత్రమే ఫిక్స్ చేయించాడు. మేమిద్దరం ఆశ్చర్యపోయి ‘ఏమిటి బావా ఇది.. ఇంత డబ్బు సడన్ గా ఎలా తెచ్చావు? ఎక్కడైనా అప్పు చేశావా?’ అని అడిగాం. బావ మాత్రం నవ్వేసి ‘ముందు ఆపరేషన్ జరగనీయండి.. అప్పుడు మాట్లాడుకుందాం..’ అన్నాడు. మీ ఆపరేషన్ సక్రమంగా అయిపోయాక ఆ రాత్రి బావని అడిగాం. ‘అవి నా సేవింగ్స్ లో దాచుకున్న డబ్బులు. మీరేం కంగారు పడకండి..’ అన్నాడు”చెప్పడం ఆపాడు రవి.

రఘురామయ్య ఒక్కసారిగా ఆశ్చర్యపోయాడు.. “ఆ డబ్బు బావ సర్దుబాటు చేశాడా!? అయ్యో.. తెలీక అతనిని నానా మాటలన్నాను. అయినా రవీ.. బావ సమయానికి డబ్బులిచ్చి ఆదుకున్నాడు.. బాగానే వుంది. కానీ మనం ఆ డబ్బులు తిరిగిచ్చేయాలి కదా.. లేకపోతే మన మర్యాద నిలబడదు..”అని ఇంకా ఏదో అంటున్న రఘురామయ్యని మళ్ళీ ఆపుతూ తను అందుకున్నాడు రవి.

“కాదు నాన్నా.. అసలు విషయం వింటే మీరు ఇంకా ఆశ్చర్యపోతారు. బావ ఏమన్నాడంటే ‘ఈ డబ్బు ఎలా తిరిగివ్వాలా.. అని మీరు కంగారు పడకండి. నిజానికి ఇది మావయ్యగారి డబ్బే! అది ఎలాగో చెప్తాను. నిజానికి ప్రతి పండక్కీ కట్నం తీసుకోవడం అనేది నాకేమాత్రం ఇష్టం లేని విషయం. అసలు నా స్వభావం అది కాదు కూడా! అయితే మావయ్య గారు ఏవో ఇంటి ఖర్చులకి అత్తయ్య గారికి డబ్బులిస్తూ మిగతా సొమ్ము పేకాట క్లబ్బులో తగలబెట్టడం చూసి చాలా బాధనిపించింది. ఇలాంటి ఆపద ఏదైనా వస్తే మీ దగ్గర కూడా ఆ సమయానికి డబ్బులు లేకపోవచ్చు!

అప్పుడెంత ఇబ్బంది అవుతుందో నేను, మీ చెల్లి ఆలోచించాం. అందుకని ఇద్దరం అనుకుని ఈ రకంగా ప్లాన్ చేశాం. దీనివల్ల నామీద మీకు తక్కువ అభిప్రాయం ఏర్పడుతుందని తెలుసు! కానీ మీ నాన్నగారి దుబారాని కొంతైనా ఆపాలంటే ఇదే మంచి మార్గం అనుకున్నాను. అందుకే ప్రతీ దసరాకీ, పండక్కీ పెద్ద మొత్తంలో కట్నం అడగడం మొదలు పెట్టాను. మధ్యలో వచ్చే చిన్న పండగలకి కూడా ఎంతో కొంత ఇస్తే కాదనకుండా తీసుకున్నాను. అయితే అవి ఏనాడూ నేను నా స్వంతానికి ఉపయోగించుకోలేదు. ఆ ఇచ్చిన డబ్బుల్ని ఎప్పటికప్పుడు సేవింగ్స్ అకౌంట్ లో దాచాను. అవి అవసరమైనప్పుడు ఒకే మొత్తంగా తిరిగి మావయ్యగారికే ఇచ్చేద్దాం అని ముందే అనుకున్నాం. ఆ ప్రకారం ఇప్పుడు సందర్భం వచ్చింది కాబట్టి ఇంతకాలం పండగ కట్నం రూపంలో తీసుకుని నేను దాచిన డబ్బును డ్రా చేసి తెచ్చి ఇక్కడ కట్టేశాను.. అదీ విషయం.. అంచేత ఇది మావయ్యగారి డబ్బే! తిరిగి నాకు ఇవ్వాల్సిన పని లేదు..' అని చెప్పారు బావ"అంటూ ముగించాడు రవి.

రఘురామయ్య ఇదంతా వింటూ అల్లుడి మంచితనాన్ని తల్చుకుంటూ ఆశ్చర్యంలో మునిగిపోయాడు. "అరె! నిజంగా ఎంత మంచివాడు.. నేనే అతణ్ణి అర్థం చేసుకోలేకపోయాను.."అన్నాడు.

"బావ మంచితనం గురించి అన్నయ్య కొంతవరకే చెప్పాడు నాన్నా.."అంటూ అందుకున్నాడు చిన్న కొడుకు అఖిల్. రఘురామయ్య ఇంకా ఏమిటన్నట్టు అతడి వైపు ఆసక్తిగా చూశాడు.

"అవున్నాన్నా.. అంతవరకే అయితే బావ మంచివాడు మాత్రమే అవుతాడేమో.. కానీ బావ నిజంగా గొప్ప మనిషి నాన్నా! ఎందుకంటే ఇదంతా మీకు చెప్పవద్దనీ, సమయం వస్తే తనని కొడుకులిద్దరూ చూసుకుంటారని ఆయన ఎంతో నమ్మకంతో వున్నారనీ.. ఇలాంటప్పుడు ఆ నమ్మకాన్ని ఎందుకు పాడుచెయ్యాలనీ.. ఈ డబ్బు మీరే

సర్దుబాటు చేసినట్టుగా ఆయన అనుకోవడమే మంచిదనీ.. తాను ఇచ్చినట్టు చెప్పవద్దనీ కోరాడు. మీరు బావని ఏవో మాటలనేసరికి తట్టుకోలేక అన్నయ్య అసలు విషయం చెప్పేశాడు. అదీ సంగతి!"చెప్పాడు అఖిల్.

అల్లుడి మంచితనం, గొప్పదనం ముందు తనెంత అల్పంగా ఆలోచించాడో తల్చుకున్న రఘురామయ్యకి మనసులోనే సిగ్గనిపించింది.

"బావ నిజంగా గొప్పగా ఆలోచించాడురా.. మీ బావకి పండగ కట్నం కోసమని మీ నాన్నగారి దగ్గర నేను డబ్బులు వసూలు చేసి అతనికివ్వకపోతే ఆ డబ్బు కూడా ఈయన పేకాట క్లబ్బుకి తగలేసేవారు. ఇప్పుడు మీ బావ పండగ కట్నం పేరుతో తీసుకుని తిరిగి అదంతా మనకే ఇచ్చాడు. నిజంగా బావ మన పాలిట దేవుడే అనుకోవాలిరా.."సంతోషంగా అంది సత్యవతి.

"అంతా బానే వుంది. మీ బావ నిజంగా మనకి దేవుడే అయ్యాడు. కానీ నన్ను విలన్ ని చేసేయకండి.. అయినా ఇప్పుడీ విషయమంతా నాకు చెప్పేశారు కదా.. మళ్ళీ మీ బావ ఈసారి పండగ కట్నం ఎలా అడుగుతాడ్రా?"నవ్వుతూ అన్నాడు రఘురామయ్య.

అప్పుడే ఇంట్లోకి అడుగుపెడుతున్న అల్లుడు ప్రభాకర్ ఆ మాటలు విన్నాడు.

"నేను చెప్పొద్దని చెప్పినా బావమరుదులు అంతా చెప్పేశారా? సరే.. కానీండి! అయినా మిమ్మల్ని మళ్ళీ కట్నం అడుగుతాను మావయ్యగారూ.. మళ్ళీ పండగ వచ్చేస్తోంది. ఈసారి కూడా పండగ కట్నం అడగదల్చుకున్నాను.. ఇదే మీరు నాకిచ్చే ఆఖరికట్నం! మళ్ళీ ఇంక ఏ పండక్కీ మిమ్మల్ని కట్నం అడగను. కానీ ఈసారి మాత్రం మీరు తప్పకుండా ఇవ్వాల్సిందే!"నవ్వుతూ అన్నాడు.

అప్పుడే అతణ్ణి గమనించిన రఘురామయ్య "రావయ్యా! అల్లుడూ.. చిన్నవాడివై పోయావ్ లేకపోతే చేతులెత్తి మొక్కేవాణ్ణి.."అన్నాడు.

"అంత మాట ఎందుకులెండి గానీ ఈసారి మాత్రం నిజంగానే మీరు నాకు పండగ కట్నం ఇచ్చి తీరాలి.."మళ్ళీ అన్నాడు ప్రభాకర్.

"నువ్వడిగితే కాదనగలనా? నేనే నీకు ఋణపడిపోయి వున్నాను. ఇంతకీ ఏం కావాలి అల్లుడూ?"నవ్వుతూనే అడిగాడు రఘురామయ్య.

"అలా అడగండి.. చెప్తాను! ఇక మీరు రోజూ పేకాట క్లబ్బును పావనం చెయ్యడం మానెయ్యాలి. మీకు బోర్ కొడితే చక్కగా అత్తయ్య గార్ని తీసుకుని ఓ సినిమాకో, షికారుకో వెళ్ళండి. లేదా హేపీగా ఏవైనా యాత్రలు తిరిగి రండి. మీ పెన్షన్ లో మిగిలిన డబ్బుల్ని చక్కగా సేవింగ్స్ లో పెట్టండి. అవే మీ అవసరానికి ఆదుకుంటాయి.. ఇకనుంచి ఈ విషయాలు ఖచ్చితంగా పాటిస్తానని మాటిస్తే అదే ఈసారి పండక్కి మీరు నాకిచ్చే కట్నం! ఇక మళ్ళీ మీరెప్పుడూ నాకు పండగ కట్నం ఇవ్వాల్సిన అవసరం లేదు!"చెప్పాడు ప్రభాకర్.

"బాగా చెప్పావు నాయనా.. నువ్వు చెప్తే తప్ప మీ మామగారు వినరు.."ఆనందంగా అంది సత్యవతి.

"అవున్నాన్నా.. బావ చెప్పింది బాగానే వుంది. అలా చెయ్యండి.."కొడుకులు కూడా వత్తాసు పలికారు.

"ఒరేయ్.. మీ బావ ఇదే ఆఖరుసారి నేనిచ్చే పండగ కట్నం అని అంత స్పష్టంగా చెప్పాక ఇంకా నేనేమంటాను? కాదనడానికి ఇంక నాకు అవకాశం ఎక్కడుంది? తప్పక అలాగే చేస్తాను! చెయ్యక ఛస్తానా?"నవ్వుతూ అన్నాడు రఘురామయ్య. ఆ మాటతో అక్కడ వాతావరణం తేలికై అందరి మొహాల్లోనూ నవ్వులు విరబూశాయి.

కన్నుల పండగ

యం. ఉదయభాను
హైదరాబాద్
Ph: 9948213953

బెంగుళూరు నుండి తమ్ముడు మురళి కృష్ణ వ్రాసిన ఉత్తరం అప్పటికే ఓ పది సార్లు చదువుకొన్నా . మనసు ఆనందం తో నిండి పోయింది. చాలా కాలం తరువాత వాడు వ్రాసిన ఉత్తరం అది .

అవును మరి "హల్లో .. హల్లో.. అంటూ పలకరించే ఫోన్ కాల్ కాదది .. క్లుప్తంగా పలుకరించే మెసేజ్ కూడా కాదు. తమ్ముడు మనస్పూర్తిగా వ్రాసిన రెండు అరఠావుల ఉత్తరం అది . అందుకే మళ్ళీ మళ్ళీ చదుకున్నా. ఇంతలో నా భార్య సుమతీ

"భోజనానికి వస్తారా, రారా .. అయినా ఆ ఉత్తరం లో ఏముందని .. అంతగా చదువుకుంటూ మురిసి పోతున్నారు. అదేదో చెబితే మేము సంతోషిస్తాము గా .." అంటూ దగ్గరికి వచ్చింది .

"ఆ... ఆ... తప్పకుండా చెబుతా మీకు కాక ఇంకెవరికి చెబుతా ..."

"అలాగా ఏం రాశారేవిటీ ...? "ఆరా తీసింది సుమతీ.

అప్పటికే మా పిల్లలిద్దరూ స్వాతి ,శరత్ లు అమ్మ పక్కకి చేరారు.

"మీ బాబాయి సంక్రాంతి పండక్కి ఇక్కడికి వస్తానని రాశాడు .. ' అని

చెప్పేసరికి అంతవరకు ఉన్న సస్పెన్స్ వీడి పోయి అందరి మొహం లో ఆనందం కనిపించింది.

"మురళి బాబాయి పండక్కి వస్తాడా నాన్నా, భలే భలే .. అయితే చింటూ,బంటు కూడా వస్తారు గా .. "కళ్ళు మిల మిల లాడిస్తూ అడిగాడు శరత్.

వాణ్ణి దగ్గరికి తీసుకొని "వస్తారు రా" అని చెప్పాను.

సుమతీ భోజనాలు వడ్డిస్తూ .. "మురళి వస్తున్నాడుగా ... గోపీకి కూడా రమ్మని చెప్పండి అందరం కలసి చాలా రోజులైంది ... "

అవును నాన్నా .. అంటూ వాళ్ళ అమ్మకు ఇద్దరు పిల్లలు వంత పాడారు .

"నేను అదే అనుకుంటున్నాను ..."

భోజనాలు అవగానే చెన్నై లో ఉన్న గోపీకి పండక్కి రమ్మని ఉత్తరం రాసాను.

మనసు ప్రశాంతంగా ఉండి .. వసారాలో ఉన్న అమ్మ ఫోటో దగ్గర కూర్చున్నాను. ఇంట్లో తముళ్ళతో ఆడుకున్న రోజులు .. కళ్ళ ముందు కదలాడాయి..

నాకు పన్నెండేళ్ళ వయసు ఉన్నప్పుడు నాన్న కాలం చేశాడు. తమ్ముళ్ళిద్దరూ చిన్న వాళ్ళూ .

ఆ రోజు నాకు ఇంకా గుర్తుంది .. పండగ నాడు మా ముగ్గురికి తలంటు పోసి కొత్త బట్టలు తొడిగి నాన్న ఫోటో దగ్గర కూర్చో బెట్టి మా ముగ్గుర్ని అక్కున చేర్చుకొని "మీరు ముగ్గురూ ఎప్పటికీ కలసి మెలసి ఇలాగే ఉండాలి. శ్రీ కృష్ణుడికి ఎన్ని పేర్లు ఉన్నా భగవంతుడు ఒక్కడే. మీ పేర్లు రాధ కృష్ణ ,మురళీ కృష్ణ , గోపి కృష్ణ అయినా మీ అంతరంగం ఒక్కటిగా ఉండాలి. ముగ్గురూ ఒకే కొమ్మకు పూచిన పూలు , ఒకే గూటి దివ్వెలు .." అంటుంటే మా కళ్లల్లో నీళ్ళు ఆగలేదు.

ముగ్గురం ఉద్వేగంగా అమ్మ తల పై చేయి వేసి ప్రమాణం చేసాము. ఎప్పటికీ కలసి మెలసి ఉంటామని .

ముగ్గురం పెద్ద వాళ్ళ మయ్యాము ..

***

బ్రతుకు తెరువు కోసం నేను ఉన్న ఊళ్లోనే టీచర్ గా స్థిర పడ్డాను .

మురళి బెంగళూర్ లో బ్యాంక్ ఆఫీసర్ గా స్థిరపడ్డాడు. అక్కడే కర్ణాటక అమ్మాయి సత్యవతిని పెళ్లి చేసు కొన్నాడు . వాళ్ళ కు ఇద్దరు పిల్లలు హరి ,గిరి. వాళ్ళ ముద్దు పేర్లు చింటూ , బంటు.

రెండో తమ్ముడు గోపి కృష్ణ కంప్యూటరు ఇంజనీర్ గా చెన్నై లో స్థిర పడ్డాడు. వాడి భార్య దేవి ,ఒక కొడుకు చైతన్య .

మేము అందరం కలుసుకొని చాలా కాలమైంది . గోపి నుండి కూడా రిప్లై వచ్చింది. పండగకు వస్తానని తెలిపాడు. అందరికి ఆనందంగా ఉంది.

అప్పుడే మా యింటికి పండుగ కళ వచ్చేసింది. సంక్రాంతి పండక్కి నాలుగు రోజుల ముందే అందరూ చేరుకున్నారు.. పెద్ద మరదలు సత్యవతి కలుపుగోలు మనిషి. సుమతికి చేదోడు వాదోడుగా ఉంటూ అన్ని పనులు చేసి పెడుతోంది .

గోపి కొడుకు చైతన్య సుమతిని చూస్తూనే ఎత్తుకోమని చేతులు చాచాడు . ఎప్పుడో నెలల పిల్లాడుగా ఉన్నప్పుడు చూసిందే. మళ్ళీ ఇదే చూడడం. అయినా మా యిద్దరికి బాగా చేరువయ్యాడు. అస్తమాను పెద్దమ్మా , పెదనాన్న అంటూ మమ్మల్నే అట్టి పెట్టుకొని ఉంటున్నాడు. అందరూ ఆశ్చర్య పోతున్నారు.

కానీ నేను మనసులో అనుకున్నాను, ఇదే రక్త సంబంధం అని .

మా పెద్దమ్మాయి స్వాతి మురళికి బాగా చేరువైంది. బహుశా వాడికి ఆడ పిల్లలు లేక పోవవడం కారణం కావచ్చు. బెంగుళూర్ నుండి స్వాతికి సిల్క్ పావడా, మాకు గంధం తో చేసిన రాధా కృష్ణుల విగ్రహం బహుమతిగా ఇచ్చారు .

సుమతీ, సత్యవతుల వంట పనుల్లో ఉంటే చిన్న తమ్ముడు గోపి, మరదలు దేవి పిల్లలను ఆడిస్తున్నారు. ఇక మా శరత్ గాడి కైతే పట్ట పగ్గాలు లేవు. హరి, గిరి లను తీసుకొని డాబా పైకి వెళ్ళి గాలి పటాలు ఎగరేస్తున్నారు. చాలా కాలం తరువాత అందరం ఒక గూటి క్రింద చేరడం నాకు సంతోషంగా ఉంది . ముఖ్యంగా అమ్మ ఆత్మ శాంతిస్తుందని అనిపించింది .

మరునాడు అందరం పాపికొండలు టూర్ వెళ్ళాం .లాంచీ ప్రయాణం లో ఉరకలెత్తుతున్నగోదారి చూస్తుంటే పెద్ద వాళ్ళమైన మాకే సంబరంగా ఉంటే ఇక పిల్లల కు సందడే సందడి.

పాపి కొండల అందాల్ని చూడడానికి రెండు కళ్లు చాలవు. అంబరాన్ని తాకుతున్న పచ్చని కొండలను చూస్తుంటే మనసు పులకించి పోయింది .

పర్ణశాల చేరుకొన్నాం. అక్కడ శబరి నది నీళ్ళు గాఢ నీలం రంగులో స్పష్టంగా కనిపిస్తోంది.

అందరం ఓ పెద్ద మర్రి చెట్టు క్రింద దుప్పటి పరచుకొని కూర్చున్నాం . వెంట తెచ్చుకొన్న ఫలహారాలు చేశాం.

గోపి సుమతీ తో అంటున్నాడు, “వదినా! మీ చెల్లికి కర్ణాటక సంగీతం వచ్చు..”

అది వింటూనే మురళి “మా సత్య కూడా రేడియో లో పాడుతుంది ..” అన్నాడు. సుమతీ చెల్లెళ్ల నిద్దరిని దగ్గర కూర్చో బెట్టుకుంది . “అయితే మా చెల్లెళ్లు ఇద్దరు కోయిలలు అన్న మాట .." అని అంది.

ముందుగా దేవి “మరుగేలా రా ఓ రాఘవా .. “త్యాగ రాజు కీర్తన కమ్మగా పాడింది.

పెద్ద మరదలు సత్యవతి “బారో .. కృష్ణా .... పురందర దాసు కీర్తన భక్తి భావంతో పాడుతుంటే, పాడింద అది అయి పోగానే సంతోషం తో చప్పట్లు కొట్టాం . కొంత సేపు ఆడ వాళ్ళు గులక రాళ్లు ఏరుకున్నారు. అవి మామూలు రాళ్లు కావు. వాటిని నేల మీద గీస్తే పసుపు ఎరుపు రంగులు వస్తాయి. వీటినే సీతమ్మ రాళ్లు అంటారు .

సాయంకాలం అందరం ఇంటకి చేరుకున్నాం.

***

పండగ నాడు అందరికీ తలంటు పోసింది సుమతీ. అందరూ కొత్త బట్టలు వేసుకున్నారు.

సుమతీ పిల్లలకు ఇష్టమని బొబ్బట్లు, ఆవడా చేసింది. పెద్ద మరదలు సత్యవతి మైసూర్ పాక్, బిసిబేళి బాత్ చేసింది. చిన్న మరదలు దేవి పొంగలి , తైర్ సాదం చేసింది. అందరం విందు భోజనం తృప్తిగా చేశాం.

హాల్లో కూర్చుని పిచ్చా పాటి మాట్లాడుకుంటున్నాం.

మురళీ నా దగ్గరకు వచ్చి కూర్చున్నాడు .. “అన్నయ్యా! వదిన ని కూడా పిలువు.."అనగానే సుమతిని పిలిచాను. “వదినా, స్వాతిని నా దగ్గరికి పంపించండి. కంప్యూటరు కోర్స్ లో చేర్పిస్తాను. అలాగే మన సత్యవతి పిన్ని కొడుకు రవి పెళ్ళీడుకు ఉన్నాడు. మన స్వాతికి సరైన జోడీ. స్వాతికి నచ్చితే మీరు వచ్చి సంబంధం ఖాయం చేసుకోవచ్చు ..”

ఆ మాట వినగానే చెవుల్లో పాలు పోసినంత ఆనందం వేసింది. రిటైర్ మెంట్

కు దగ్గర లో ఉన్న నాకు చెప్ప లేని ఆనందం వేసింది. వాణ్ణి గట్టిగా కౌగిలించుకున్నాను

మా ఇద్దరి కళ్ళూ చెమర్చాయి.

"ఊరుకో అన్నయ్యా, స్వాతి ఎవరు? నాకు మాత్రం కూతురు కాదా? బాబాయి గా నాకు బాధ్యత లేదా .. " అని అన్నాడు.

పిల్లలు ఒకరికి ఒకరు అడ్రస్సులు , ఫోన్ నంబర్లు తీసుకొంటున్నారు. పైకి అందరూ నవ్వుతూ మాట్లాడుకుంటున్నారు. మరునాడే అందరి తిరుగు ప్రయాణం.

అంతరంగాల్లో వీడి పోతున్నామనే బాధ కొట్టొచ్చినట్టు మాట్లాడుకుంటున్నారు. సాయంత్రం అందరూ కొత్త బట్టలు కట్టుకొని వామాంక స్థితి లో జానకమ్మతో కొలువై ఉన్న భద్రాద్రి రాముడి కోవెలకు బయలు దేరాం.

కోవెలలో స్వామివారిని నిండు మనసుతో కొలుచు కున్నాం. తీర్థ ప్రసాదాలు తీసుకొని కళ్యాణ మంటపం లో అందరం కూర్చున్నాం,

తమ్ముళ్ళు ఇద్దరు నా పక్కన చేరారు "అన్నయ్యా! మేము ఒక నిర్ణయానికి వచ్చాము. ఇక మీదట ఎన్ని అడ్డంకులొచ్చినా, ఏమైనా ప్రతి సంక్రాంతికి మనం అందరం

కలుసుకోవాలి" అని అన్నారు.

నేను అయోమయంగా చూస్తుంటే మరదళ్ళు ఇద్దరు దగ్గరకు వచ్చి "బ్రతుకు తెరువు కోసం తప్పని పరిస్థితుల్లో మనం అందరం పక్షుల్లా చెల్లా చెదరై పోయాం. కలిసి ఉండటం లో ఉన్న జీవన మాధుర్యం ఎంతో మిస్సయ్యాం .. ఇక మీదట మనం అందరం ప్రతి పండక్కి కలుసు కోవాలి. అంటే వచ్చే సంవత్సరం బెంగళూర్, ఆపై సంవత్సరం చెన్నై లో అన్న మాట "అంటూ వివరించారు.

అది వింటూనే పిల్లలు "భలే భలే" అంటూ చప్పట్లు కొట్టారు.

అంతవరకు తెల్లవారితే వీడి పోతాము అన్న భావం అందరి మొహాలలోంచి దూది పింజెల్లా ఎగిరి పోయింది. ఇప్పటికి వీడి పోయినా మళ్ళీ పండక్కి కలుసు కుంటాము అన్న భావన మా మనసులను తేలిక పరిచింది.

కోవెల శిఖరం వైపు చూసా, అమ్మ చిరునవ్వుతో దీవిస్తున్నట్టు గా అనిపించింది..

నా కళ్ళు చెమర్చాయి..

ఇక మీదట సంక్రాంతి మాకు మామూలు పండగ కాదు కన్నుల పండుగ కాబోతున్నది అని తలచుకొంటూ సంతోషంగా ఇంటి ముఖం పట్టాము.

సంక్రాంతి (సం) కష్టాలు

వసంత పెనుమాక

వసుధ కూతురుకు పురుడు పోయటానికి న్యూయార్క్ కెనడి ఎయిర్ పోర్ట్ కు చేరింది.

ఇంట్లో కొన్ని బాధ్యతల వల్ల వసుధ శ్రీవారు రాలేదు. నేనొక్కదాన్నే జేఎఫ్ కెనడి ఎయిర్ పోర్ట్ లో దిగి లగేజ్ కలెక్ట్ చేసుకుని బయటకు వస్తే.. అల్లుడు అవినాష్ వెల్కమ్ ప్లకార్డు ఊపుతూ కనిపించారు.

వీళ్ళు ఎవరన్నా వచ్చారా? లేదా ఎంతసేపు ఇక్కడ వెయిట్ చేయాలో..!' అనుకునే లోపు అల్లుడు కనిపించడంతో వసుధ మొహం విప్పారింది.

ఇంకా అతను నా బ్యాగేజ్ ట్రాలీను తోసుకుని వెళ్ళి కారు దగ్గరికి తీసుకెళ్ళి అన్ని లోపల సర్దాడు. సమతకు నెలలు నిండటం వల్ల తను రాలేదు. బాగా చలి గాలి వీస్తోంది. ముందు చూపుతో స్వెట్టర్, షూ వేసుకోబట్టి బతికాను' అనుకుంది వసుధ మనసులో.

న్యూయార్క్ కు మూడు గంటల దూరంలో ఆల్బేనిలో వున్నారు వాళ్ళ అమ్మాయి వాళ్ళు. కారులో ప్లాస్కులో గ్రీన్ టీ పోసి ఉంచింది వసుధ కూతురు సమత. అవి తాగి వెచ్చగా కూచుంది.

' ఎపుడు ఇంటికి వెళ్ళి సమతను చూద్దామా?' అని ఉంది వసుధకు.

ఇంటికి వెళ్ళేసరికి భారంగా నడుస్తూ సమతా వసుధను హగ్ చేసుకుంది. సమతను చూసి తృప్తిగా నిట్టూర్చింది.

"అమ్మ..! హాయిగా వెళ్ళి స్నానం చేసిరా, ముందు లంచ్ చేద్దాం" అంది సమతా.

"అవునే... ఈ చలికి ఒళ్ళంతా మూట కట్టినట్లు ఉంది. ముందు స్నానం చేసి వస్తానని" వెళ్ళింది వసుధ.

ఇక ఆరోజు రెస్ట్ తీసుకుని మరుసటి రోజు నుండి పిల్లకు కావలసినవి చేసి పెడుతూ బిజిగా ఉంది. డిసెంబర్ చివరలో సమతకు డెలివరీ అయ్యి పాప పుట్టింది.

చలిలో పాపకు స్నానం చేయించాలంటే ..ఆ టబ్ లో భలే ఇబ్బంది పడింది. "ఏమి అమెరికానో, పిల్లకు నలుగు పెట్టి స్నానం చేయించడానికి లేదని" వాపోయింది సమతా.

ఇది ఇలా ఉండగా సంక్రాంతి వచ్చింది. బోగిరోజు తెల్లవారు జామున లేచి వీళ్లు ఉండే అపార్ట్మెంట్ ముందు ముగ్గులు వేసింది.

ఆ ముగ్గుతో హ్యాపీ భోగి..! హ్యాపీ సంక్రాంతి అని పల్లెటూళ్లో తన ఇంటి ముందు రాసినట్లు రాసింది. వాటిలో గొబ్బెమ్మలు పెట్టింది.

సమత బయటికి వచ్చి వసుధతో "అమ్మా.. ఆవుపేడ లేదుకదా ఎలా చేసావు? ఆ గొబ్బెమ్మలు..!" విస్తు పోతూ అంది.

"ఏది లేదుకునుకుంటే ఏది దొరకదు అన్ని ఉన్నాయనుకుంటే అన్ని దొరుకుతాయి. మనసుంటే మార్గం అదే తోస్తుంది. రాగిపిండితో సంకటి చేసి వాటిని గొబ్బెమ్మలుగా చేసి వాటిపై పసుపు, కుంకుమ, పువ్వులు పెట్టాను."

"అమ్మా.. సూపర్..!" అనే లోగా పక్కింటి వాళ్ళు దాన్ని తొక్కి షిట్ అనుకోవటం విని, సమతా వెంటనే వెళ్ళి అవి అక్కడ నుండి తీసి డస్ట్ బిన్ లో వేసింది. "అమ్మా! నువ్వు పెట్టావు బానే ఉంది. వాళ్ళ కాళ్లకు అంటుకుని తిట్టుకుంటూ వెళ్లారు."

ఇంకా కొంతమంది వీటిని బయటకు వెళ్తూ వింతగా చూస్తుంటే.. ఈవెనింగ్ వాళ్లతో పైనుండి "ఈవెనింగ్ ఫంక్షన్ మా ఇంట్లో రండి..!" అని ఇంగ్లీషులో పిలిచింది.

వాళ్ళకు ఆవిడ మాటలను బట్టి అవినాష్ ఇంట్లో ఈవెనింగ్ ఫంక్షన్ కి రమ్మని పిలిచినట్లు అనిపించి "ఒకే..!" అంటూ భుజాలు ఎగరేస్తూ..! అన్నారు.

"సమతా..! భోగి రోజు ఎలాగైనా పాపకు భోగిపళ్లు పోయాలి అంది కళ్ళు పెద్దవి చేసి." ఇండియాలో లాగా ఇక్కడ భోగిపళ్ళు దొరకవు అమ్మా..!". ఏ సంప్రదాయాన్ని పోనివ్వదు వసుధ. "ఎలాగైనా నేను భోగిపళ్ళు పోయాలనుకుంది మనసులో దృఢంగా.

వసుధ తింటుందని బ్లూ బెర్రీ, కాన్ బెర్రీ ఫ్రూట్స్ తెచ్చి ఇంట్లో పెట్టారు కూతురు, అల్లుడు. కాన్బెర్రీ ఫ్రూట్స్ రేగుపండ్లుగా అనిపించాయి.

కామ్ గా భోగిరోజు పొద్దునే లేచి గారెలు, వాము బజ్జీలు చేసింది. ఆ పొగకు అలారం మోగింది. ఫైర్ వాళ్ళు వచ్చారు.

సమతా, అవినాష్ వచ్చి.. చూస్తే... ఇల్లంతా పొగ. అప్పటికే వసుధ వెంట్ నొక్కినా పొగ బయటికి పోకుండా అక్కడే చుట్టూ తిరగడంతో అలారం మోగింది. ఫైర్ ఇంజన్ వాళ్ళు వచ్చారు.

వాళ్ళకు అవినాష్ మా అత్తయ్యగారికి తెలియదు. ఇండియా నుండి వచ్చారు అని సర్ది చెప్పి పంపాడు.

" అబ్బా అమ్మా..! నేను వున్నపుడు చేయవచ్చు కదా? ఈ వంటలు..!" అంటూ కిచెన్ డోర్స్ తీసింది. ఎట్లాగో సమతా సాయంతో పిండి వంటలు చేసి ఊపిరి పీల్చుకుంది.

కానీ ఇల్లంతా వాము వాసన. ఎంత పెర్ఫ్యూమ్ కొట్టినా కానీ, బజ్జీల వాసన ,పిండివంటల వాసన ఈ చెక్క ఇళ్లకు పట్టుకుంటుంది అనుకుంది.

వీళ్లు ఉండేది పైన అపార్ట్మెంట్ లో ,కింద వాళ్ళు సౌండ్స్ వస్తున్నాయంటే కొంచెం నెమ్మదిగా నడవాలి. వసుధకు రోటి పచ్చళ్ళు అలవాటు. వీళ్ల దగ్గరున్న చిన్ని రోలులో నూరితే ఆ సౌండ్ కు కింద వున్న నల్ల జాతీయులు గోల. మాకు సౌండ్స్ వినిపిస్తున్నాయని. వాళ్ళే ఈ ఇంటికి ఓనర్స్.

"మిక్సిలో చేయమ్మా, పచ్చళ్ళు. ఈ ఇంటి ఓనర్ మమ్మల్ని బయటికి నెట్టే దాకా వూరుకోవు కదా? అమ్మా..! రోజుకో ఇబ్బంది పెడుతున్నావు. నిన్న సాంబ్రాణితో ఇల్లంతా పొగ వేశావు. అలారం మోగింది. ఫైర్ ఇంజన్ వాళ్ళు మనింటి ముందే.. సెటిల్ అయ్యారు."

"అవునా వాళ్ళకు రెండు, బజ్జీలు, రెండు గారెలు ఒక ప్లేట్ లో పెట్టి ఇద్దాం, తింటారు పాపం." "అమ్మా! ఏదో జోక్ చేశా. వాళ్ళు వెళ్ళారు ఈసారి రాకుండా చూడు. వాళ్ళని..!" కోపంగా అంది సమతా.

"నేను ఎవరి మాట వినను. నా పేరు సీతమ్మ...!" ఇండియాలో సీతమ్మవి, "ఇక్కడ కాదు అమ్మా..!" అంటూ నవ్వింది సమత వాతావరణాన్ని తేలిక చేస్తూ.

ఆ ఈవెనింగ్ కాన్బెరి ఫ్రూట్లో చిల్లర, పూలు వేసి ఒక బౌల్ లో వేసి ఉంచింది.

ఈవెనింగ్ అందరి ఇళ్ల ముందుకు వెళ్ళి డోర్ కొట్టి రమ్మని పిలిచింది వసుధ. వాళ్ళు వచ్చారు. ఆ అపార్ట్మెంట్ లో వున్న ఇద్దరు ఇండియన్స్ ను ఫ్రెండ్స్ చేసుకుంది.

తర్వాత వాళ్ళ చేత భోగిపళ్లు మనవరాలు ఆరాధ్య మీద పోయించింది. "భోగిపళ్లు దొరకలేదు, అనుకోకుండా వసుధగారు కాన్బెర్రీ ఫ్రూట్సులో చిల్లర డబ్బులు, పూలు వేసి పోయటం సూపర్..!" అని మెచ్చుకున్నారు అక్కడి సమత ఫ్రెండ్స్.

"మా అమ్మ ఏ సంప్రదాయాన్ని వదలదు. ఒకవేళ ఇక్కడ వీటిని వదిలినా ఇండియా వెళ్ళి ప్రతి రోజు ఫోన్లో మా అమ్మ నాకు అన్ని చేసేది. అయ్యో! నీకు ఏమి చెయ్యలేకపోయానని ఒక గిల్టీ ఫీలింగ్లో వుంటుంది. రోజు ఫోన్లో ఆమెను ఓదార్చే కన్నా

ఇక్కడ ఆమె ఇష్టాన్ని కాదనకుండా ఓకే చెపితే.. మంచిదని వూరుకున్నాను" అంది నవ్వుతూ సమతా.

వాళ్ళకు ఇవి ఎందుకు పోస్తారో తెలుగులో వసుధ వివరిస్తే.. దాన్ని అక్కడి ఇండియన్ ఫ్రెండ్స్ దాన్ని తెలుగులో నుండి ఇంగ్లీష్ లోకి ట్రాన్స్లేట్ చేసారు.

"చెడు దిష్టి తగలకుండా ఇలా పసి పిల్లలకు పోస్తారు. ఇంకా ఆయుషు పెరిగి మంచిగా ఉంటారు. భగవాను విష్ణు ఆశీర్వదిస్తాడు" అని చెప్పారు.

"యూ మీన్ నెగెటివ్ ఎనర్జీ..!" అని అడిగారు అపార్ట్మెంట్ వాళ్ళు. దానికి వసుధ "ఎస్...!" అంటూ జవాబు చెప్పింది.

"ఓ గ్రేట్ ఇండియన్ కల్చర్..!" అని మెచ్చుకున్నారు. వాళ్ళకి కాన్బెర్రీ పచ్చడి కూడా ఇచ్చింది.

వాళ్ళందరికీ ముందు గారెలు, అల్లం పచ్చడి, పులిహోర, బొబ్బట్లు ప్లేట్స్ లో వేసి ముందు తినమని ఇచ్చింది. అల్లం పచ్చడి ఘాటుకు వాళ్ళ మొహాలు ఎర్రగా కందిపోయినా, స్పైసి..!" అంటూ మెచ్చుకుని తిన్నారు.

పులిహోర బాగా నచ్చి" ఎలా చేయాలి?" అంటే.. "అది టామరిండ్ రైస్..!" అని వసుధ తన బట్లర్ ఇంగ్లీషులో చెప్తుంటే..సమతా కల్పించుకుని "అంతా ఎలా చేయాలో? చెప్పింది."

వాళ్ళకు వెళ్ళేముందు.. వసుధ తను ఇండియా నుండి తెచ్చిన గిఫ్ట్స్ పాక్ ఇచ్చింది. అవి తీసి చూస్తే.. ఆ గిఫ్ట్ కవర్లో గౌతమ బుద్ధ, వినాయకుడి విగ్రహాలు, అరిసెలు, జంతికలు, తాంబూలం ఒక జాకెట్ పీస్ పెట్టి ఉన్నాయి. వాటిని వాళ్ళకు కుంకుమ నుదుటిన పెట్టి ఇచ్చింది. వాళ్ళు కూడా ఏమనకుండా పెట్టించుకున్నారు.

గిఫ్ట్ ప్యాక్ లు చూస్తూ "వావ్..! ఆసం.." అంటూ తీసుకున్నారు. దానిలోని అరిసెలు గురించి అడిగారు. తను ఇండియా నుండి చేసి తెచ్చానని చెప్పింది వసుధ.

తర్వాత ఇండియాలో ఇలా పేరంటం అయిన తర్వాత ఇస్తాం ఈ గిఫ్ట్స్ అని చెప్పింది. ఆ పేరంటం తాలూకు విషయాలు వసుధ తెలుగులో చెపితే.. వాటిని ఇంగ్లీషులోకి తర్జుమా చేసింది సమతా.

తర్వాత గొబ్బెమ్మల గురించి వాళ్ళు అడిగితే.. చెప్పింది. "తను ఇండియాలో ఉంటే.. ఆవు పేడ తెచ్చి గొబ్బెమ్మలు చేసి, దానిపై గుమ్మడిపూలు పెట్టటం" చెప్పింది.

అపుడు సమతా "మా చేత మా అమ్మ గొబ్బెమ్మ పెట్టించేదీ. అపుడు ఫ్రెండ్స్ అందరం దాని చుట్టూ తిరుగుతూ ఆటలు ఆడటం గురించి చెప్పింది."

అందరూ ఇండియను ఫెస్టివల్స్ గురించి అడిగి తెలుసుకుని ఓ గ్రేట్ ఇండియన్ కల్చర్ అంటూ పొగిడారు.

అపుడు వసుధ కల్పించుకుని "వచ్చే ఇయర్ నేను ఇక్కడ మా మనవరాలికి ఒరిజినల్ గొబ్బెమ్మలు పెట్టిస్తాను."

"ఏంటి ఈ రాగి సంకటితో గొబ్బెమ్మలా?" అని సమతా తెల్లబోతే "నో..వచ్చే ఏడు ప్యూర్ ఆవుపేడతోనే పెడతాను" అన్నది వసుధ. "అమ్మా.. మనింటికి ఫ్లైట్లో ఆవును తోలుకొస్తావా? కొంపదీసి..!" అన్న సమతా మాటలకు అందరూ నవ్వారు. "చెప్పను, చేసి చూపిస్తాను" అంది వసుధ వాళ్ళ నవ్వులో శృతి కలుపుతూ.

"అందరిని ఏమన్నా ఇబ్బంది పెడితే ఐయామ్ సారీ..!" అంది వసుధ. "లేదు ఇంత మంచిగా డిన్నర్ పెట్టినందుకు మీకు మేము థాంక్స్ చెప్పాలి" అన్నారు ఇంగ్లీషులో.

వసుధ వెళ్ళేలోగా ఆ అపార్ట్మెంట్ లో వాళ్ళకు పులిహోర, గారెలు చేయటం చూపెట్టింది. నిమ్మకాయ పచ్చడి అందరికీ పెట్టి ఇచ్చింది.

ఇదివరకు పైనుండి ఏవన్నా, శబ్దాలు వచ్చినా ,ఎవరు, వసుధను ఏమనటం లేదు. "హాయ్! వసుధగారు..!" అని పలకరిస్తే.. "హాయ్..!" నవ్వుతూ రిప్లై ఇస్తోంది వసుధ.

వసుధ ఇండియా వచ్చేలోగా నా స్టైల్, నాకిష్టం అన్న రీతిలో అన్ని పండుగలు చేసి వచ్చింది.

సంబరాల సంక్రాంతి

దినవహి సత్యవతి
గుంటూరు
Ph: 9790752180

ధనుర్మాసం ఆరంభమైంది. శీతల పవనాలు శరీరానికీ, మనసుకీ ఆహ్లాదాన్ని కలిగిస్తున్నాయి. వచ్చే నెలలోనే సంక్రాంతి పండుగ. రంగవల్లుల ప్రియులు అప్పుడే రంగురంగుల ముగ్గులతో తమ ముంగిళ్ళని అలంకరిస్తున్నారు. సంక్రాంతి పండుగతో ఎన్నో మధుర జ్ఞాపకాలు ముడివడి ఉన్నాయి నాకు బాల్యంనుంచీ. అందుకే ఎంతో ఉత్సాహంగా ఆ పండుగ కోసం ఎదురుచూస్తాను ప్రతీ సంవత్సరం.

కానీ ఈసారి మాత్రం సంక్రాంతి పండుగ దగ్గర పడుతున్నా కూడా నాలో ఏదో అనాసక్తి.

ఎంత దాద్దామని ప్రయత్నించినా నా నిర్లిప్తత మనోహర్ కనిపెట్టినట్లున్నారేమో, ఒకనాడు ఉదయం ఫలహారాలప్పుడు, "క్రితం ఏడాది ఈ పాటికే పండగంటూ ఎంతో హడావిడి చేసిన అమ్మాయిగారు ఏంటో ఈసారి ఆ ఊసే ఎత్తడం లేదు? దీని మర్మమేమి పరమేశ్వరా?" నాటక ఫక్కీలో అభినయిస్తూ పైకి చూసి దణ్ణం పెట్టారు!

ఆ పరిహాసానికి నవ్వొచ్చింది.

చిత్రంగా నావైపు చూసి "ఆడవారి నవ్వులకు అర్థాలే వేరులే... అర్థాలే వేరులే" విజిల్ వేసి పాడుతూ చిలిపిగా కన్నుగీటి వెళ్ళిపోయారు.

***

నాకూ, మనోహర్ కీ పెళ్ళైన తరువాత ఇది రెండో సంక్రాంతి. క్రితం ఏడాది మనోహర్ పదిరోజులు ఆఫీసుకి సెలవు పెట్టగా పండగకి మా ఉరు వెళ్ళాము.

మాది విజయనగరం జిల్లాలోని ఒక చిన్న గ్రామం. ఊరంతా కలిసి ఒక చిన్న కాలనీలా ఉంటుంది.

చిన్నకాలనీలాంటి మా ఊళ్ళో అందరం సంక్రాంతి పండుగ ఎంతో వైభవంగా జరుపుకుంటాము. నెల రోజుల ముందునుంచే వీధి వాకిళ్ళన్నీ రంగురంగుల ముగ్గులతో కళకళలాడతాయి. ప్రతీ సంవత్సరం సంక్రాంతికి మా కాలనీలో ముగ్గుల పోటీలు జరుగుతాయి. అందులో ప్రథమ, ద్వితీయ బహుమతులు ఎప్పుడూ నాకూ, నా చిన్ననాటి స్నేహితురాలు పరిమళకే వస్తాయి.

'పరిమళ' నా చిన్ననాటి నేస్తం... పేరు తలపుకి రాగానే మనసు గత ఏడాది సంక్రాంతి సంబరాల వైపు తొంగిచూసింది...

***

నేను, పరిమళ చిన్నప్పటినుంచీ నేస్తాలం. ఒకే ఊరు, ఒకే బడి, ఒకే తరగతి ఒకే బెంచి...ఇలా చెప్పుకుంటూ పోతే ఎన్నో 'ఒకట్లు' ఉన్నాయి.

మా ఇద్దరికీ ముగ్గులంటే పిచ్చిప్రాణం. మాకు ముగ్గులు వేయడం వచ్చాక సంక్రాంతి నెలరోజులూ వాకిట్లో రంగు రంగుల ముగ్గులు, ఒకరితో ఒకరం పోటీపడి మరీ వేసేవాళ్ళం. ఆ తరువాత అందరి ముంగిళ్ళలోని ముగ్గులు చూసి ఆనందించేవాళ్ళం.

కాలనీలో ఏటా జరిగే ముగ్గులపోటీలో ఇద్దరం కలిసి తప్పనిసరిగా పాల్గొనే వాళ్ళం. ఎప్పుడైనా మాలో ఒకరికి వీలుకాకపోతే, ఆ సంవత్సరం పోటీలనించి తప్పుకునే వాళ్ళమే కానీ ఎప్పుడూ ఒంటరిగా పోటీలో పాల్గొన్న సందర్భాలు లేవు.

మా పెళ్ళిళ్ళయ్యే వరకూ ఆ పద్ధతి అలాగే కొనసాగింది.

మా పెళ్ళిళ్ళు కూడా దాదాపు వారం రోజుల తేడాలో జరిగాయి. పరిమళ పెళ్ళైన తరువాత భర్త గౌరీనాథ్ తో ముంబై, వెళ్ళిపోగా నేను మనోహర్ తో గుజరాత్ వచ్చేసాను.

గత ఏడాది సంక్రాంతికి కూడా ఇద్దరం పండగ సమయానికి ఊర్లో కలుసుకునేలా, కలిసి ముగ్గుల పోటీలో పాల్గొనేలా ముందుగానే నిర్ణయించుకున్నాము.

నేను పదిరోజుల ముందరే పతీసమేతంగా మా ఊరు వెళ్ళి పరిమళ రాక కోసం ఆత్రంగా ఎదురుచూసాను.

నా ముగ్గుల ప్రతిభ గురించి అప్పటికే ఆనోటా ఈ నోటా విన్న మనోహర్ "నువ్వు ముగ్గులు చాలా బాగా వేస్తావుట. పోటీలో ముగ్గులు వేస్తుంటే చూడాలని చాలా మనసుగా ఉంది సుమా" అన్నారు.

"అప్పటిదాకా ఎందుకు ఇప్పటినుంచే చూపిస్తాను నా ముగ్గుల అందాలు" అని ఆ రోజునుంచీ మా వాకిటిని అందమైన రంగవల్లులతో అలంకరించాను.

"ఓహో! అద్భుతం, ఏదీ ఆ చెయ్యి ఇలా ఇవ్వు" నా చేయందుకుని ముద్దు పెట్టుకున్నారు.

శ్రీవారి చిలిపి చర్యకి నా తనువు పులకరించింది.

ఆ రోజు భోగి. పరిమళ ఇంకా రాలేదు. ఫోన్ కూడా చేయలేదు. నా ఫోన్ కి సమాధానం కూడా ఇవ్వలేదు.

వాళ్ళింటికి వెళ్ళాను విషయమేమిటో కనుక్కుందామని.

ఏదో అత్యవసర పని తగలడం వల్ల ఆఖరి క్షణంలో ప్రయాణం మానుకున్నారు పరిమళ దంపతులని తెలియవచ్చింది.

'ఓహో! అందుకే కాబోలు నా ఫోన్ కి జవాబు కూడా చెప్పలేదు. ఏమై ఉంటుందో? తిరిగి వెళ్ళాక కనుక్కుంటాను' అనుకుని ఇంటికి వచ్చేసాను.

ఆ మర్నాడు సంక్రాంతి. ముగ్గుల పోటి జరిగే రోజు. పోటీ సమయమవుతున్నా నేనింకా బయలుదేరకపోవడం గమనించిన మనోహర్ "ఏమిటి అమ్మాయిగారు ఇంకా తయారవలేదు. పోటీకి వెళ్ళవా?" అన్నారు.

"ఏంటో అంత ఉత్సాహంగా లేదండి"

"ఏంటబ్బా అలా అంటావు? నేనెంతో ఆశగా ఎదురుచూస్తున్నాను నువ్వు పోటీలో పాల్గొని బహుమతి గెలుచుకుంటే చూడాలని. ప్లీజ్! నాకోసమైనా నువ్వు పాల్గొనాలి " అన్నారు చుబుకం పట్టుకుని బ్రతిమిలాడుతూ.

మనోహర్ అంత ప్రేమగా అడుగుతుంటే "పరిమళ లేకుండ పోటీకి వెళ్ళను" అని ఎలా చెప్పాలో తెలియలేదు.

మా పెళ్ళై అప్పటికి మూడు నెలలే. భర్తకంటే స్నేహితురాలే ఎక్కువనుకుని బాధపడతారేమో అనిపించింది. పరిమళకి తర్వాత నచ్చ చెప్పవచ్చులే, ప్రాణస్నేహితురాలు కదా నన్ను తప్పక అర్థం చేసుకుంటుంది అనుకుని గబగబా తయారై ముగ్గుల పోటీలకి వెళ్ళాను.

పోటీలో నా ముగ్గుకు ప్రథమ బహుమతి రావడం, అత్యంత ఆనందంతో అక్కడే నన్ను కౌగలించుకుని మనోహర్ అభినందనలు తెలపడం ... వీటన్నిటి మాటున పరిమళ లేని కొరతని మర్చిపోయాను తాత్కాలికంగా.

పండగయ్యాక తిరిగి మా ఊరుకి వచ్చేసాము. కానీ ఆ తరువాత నుంచీ ఈనాటివరకూ పరిమళ నాతో మాట్లాడలేదు సరికదా ,నేను ఫోన్ చేసినా సమాధానం ఇవ్వలేదు.

ఊళ్ళో ఉన్న తమ్ముడిని వాళ్ళింటికి పంపి కబురు తెలుసుకుందామని చేసిన ప్రయత్నంలో, తాను లేకుండా నేను ముగ్గుల పోటీలో పాల్గొన్నానని చాలా బాధపడిందనీ, నాపై అలక వహించిందని, ఇంక అసలు మాట్లాడనందనీ తెలియవచ్చి మనసంతా కలచినట్లైంది.

ఎప్పటికైనా పరిమళ మనసు మార్చుకుని ఫోన్ చెయ్యక పోదా అని ఎదురుచూడడం తప్ప ఏమీ చెయ్యలేకపోయాను గత ఏడాదిగా.

అందుకే ఈ సారి సంక్రాంతి పండగ అంటే నాకు సంతోషం కలగడం లేదు...

***

కాలింగ్ బెల్ మ్రోగిన శబ్దానికి ఈ లోకంలోకి వచ్చాను. సమయం సాయంత్రం ఆరయ్యింది.

'మనోహర్ వచ్చినట్లున్నారు' అనుకుంటూ గబగబా వెళ్ళి తలుపు తీసాను.

"హాయ్!" అని బుగ్గమీద చిటికవేసి పలకరించి, లోపలికి వెళ్ళి ఫ్రెష్ అయి వచ్చి, నా చేతిలోని కాఫీ అందుకుని సిప్ చేస్తూ నా ముఖంలోకి తేరిపార చూసి "ఏమిటీ, ఈ మధ్య అలా దిగులుగా ఉంటున్నావు, ఏమైంది?" లాలనగా అడిగారు.

ఆ ఆప్యాయతకి అన్ని రోజులనుంచీ మనసులో గూడు కట్టుకున్న దుఃఖం కన్నీటి రూపంలో చివ్వున పైకి చిమ్మింది.

తాగుతున్నకాఫీ చటుక్కున ప్రక్కన పెట్టి నన్ను పొదివి పట్టుకుని "అరే! ఏమైంది సుమా? ఈ కన్నీళ్ళేంటి? నాతో చెప్పవూ?" అన్నారు.

ఇప్పటివరకూ ఎప్పుడూ పరిమళ విషయం మనోహర్ తో ప్రస్తావించలేదు.

గత ఏడాది సంక్రాంతి పండగ ముగ్గుల ప్రహసనం నుంచి ప్రారంభించి ఆ తరువాత జరిగినదంతా... నెమ్మదిగా చెప్పుకొచ్చాను.

అంతా విని "అరెరె! అలా జరిగిందా. నాతో ఆనాడే నువ్వీ మాట చెప్పి ఉంటే ఈ విషయం ఇంతవరకూ వెళ్ళేది కాదు కదా. ఇదంతా నావల్లనే జరిగింది కనుక ఈ పరిస్థితిని చక్కబరచే ప్రయత్నం కూడా నేనే చేస్తాను. అవసరమైతే నీ తరపున క్షమార్పణ కూడా కోరతాను. సరేనా! ఇంక దిగులు పడకు. పద పద మంచిరోజు చూసి బట్టలు సర్దు ప్రయాణానికి" అంటూ నన్ను ఉత్సాహపరిచారు.

నా తరపున పరిమళని క్షమార్పణ కోరతానని పెద్దమనసు చూపించిన మనోహర్ సంస్కారం నన్నెంతో ముగ్ధురాలిని చేసింది. బాధ పంచుకున్నాక మనసు తేలిక పడినట్లైంది.

పండగకి మా ఊరు చేరుకున్నాము. పరిమళకి మగబిడ్డ కలిగాడని, కుటుంబ సమేతంగా తను కూడా పుట్టింటికి వచ్చిందని తెలిసింది. ఆమెను చూడాలని మనసు తహతహలాడింది. కానీ ...

ముందుగానే మనోహర్ కి తెలిపి నిర్ణయించుకున్న ప్రకారం ఈ సంవత్సరం ముగ్గుల పోటీకి నా పేరు నమోదు చెయ్యలేదు.

పండగ ఇంకో రెండురోజులు ఉందనగా నాకు స్వల్పంగా జ్వరం వచ్చింది.

ఇంతలో అనుకోని ఒక సంఘటన జరిగింది...

ఆ మర్నాడు భోగి. అమ్మా, నాన్న దేవాలయానికి వెళ్ళారు. నాకు తోడుగా మనోహర్ ఇంటి వద్దనే ఉండిపోయారు. ఉదయం పదిగంటల సమయంలో మా కాలనీ పెద్ద, వరుసకి బాబాయ్, భూషణంగారు మా ఇంటికి వచ్చి "ఏమ్మా! సుమా కులాసాగా ఉన్నావా?" అని పలకరించి, "ఈ సారి సంక్రాంతి ముగ్గుల పోటీలో పాల్గొనడం లేదా నువ్వు?" అని అడిగారు.

"లేదు బాబాయ్. కొంచెం జ్వరంగా ఉంది, అందుకని" అన్నాను అసలు విషయం చెప్పలేక.

"అయ్యో! అలాగా. పోన్లేమ్మా. విశ్రాంతి తీసుకో. ఒకవేళ వద్దామనుకుంటే మాత్రం ఆ రోజైనా వచ్చి పాల్గోవచ్చు. వస్తానమ్మా. ఆరోగ్యం జాగ్రత్త, వస్తా బాబూ" అనేసి బయలుదేరారు.

"సుమా, నేను బాబాయ్ ని సాగనంపి వస్తాను" అని వెనుకనే వెళ్ళారు మనోహర్.

అలా వెళ్ళిన మనోహర్ సుమారు అరగంట తరువాత వచ్చారు.

"ఇంతసేపయిందేం?" నా ప్రశ్నకు చిరునవ్వు జవాబిచ్చి, వంటగదిలోకి వెళ్ళి ఇద్దరికీ టీ కలిపి తెచ్చారు.

ఇంతలో కాలింగ్ బెల్ మ్రోగింది.

"అమ్మావాళ్ళు వచ్చారనుకుంటా" అని లేవబోయాను.

"నువ్వుండు నేను చూస్తా" నని వెళ్ళారు మనోహర్.

అయితే ఆ వచ్చింది అమ్మా వాళ్ళు కాదు, నా స్నేహితురాలు పరిమళ!

కలలోనైనా ఊహించని విధంగా నా ఎదురుగా ప్రత్యక్షమై, సుడిగాలిలా నన్ను చుట్టేసి "సుమా! నన్ను క్షమించవే. నిన్ను అపార్థం చేసుకున్నాను. ఇందాక మీ శ్రీవారు, బాబాయ్ తో కలిసి మా ఇంటికి వచ్చి, అసలు జరిగిన విషయం... అదే గత ఏడాది నువ్వెందుకు నేను లేకుండా ఆ పోటీలో పాల్గొనవలసి వచ్చిందో చెప్పాక, ఇంతకాలం అర్థంలేని కోపంతో నిన్నెంత బాధపెట్టానో తెలిసొచ్చింది. చిన్న విషయాన్ని భూతద్దంలో చూసి, నా మూర్ఖపు పట్టుదలతో ఇన్నాళ్ళూ నీకూ, నీ స్నేహానికీ దూరమయ్యానని తలుచుకుంటేనే మనసు బాధతో పిండినట్లుగా ఉంది. అందుకే నిన్ను కలుసుకుని మనస్ఫూర్తిగా క్షమార్పణ కోరాలని ఇలా పరిగెత్తుకొచ్చాను. నన్ను మన్నిస్తావు కదూ" అంటూ గ్రుక్క తిప్పుకోకుండా చెప్తుంటే అవాక్కయ్యాను.

ఆనందాతిశయంతో నాకు మాటలు రావడం లేదు. అలా ఇద్దరం ఒకరినొకరు పొదివి పట్టుకుని ఎంతసేపు ఉన్నామోగానీ, మా ప్రక్కనే చిన్నగా దగ్గు వినిపించేటప్పటికి తిరిగి చూసాము.

"స్నేహితురాళ్ళిద్దరూ నా గురించి మర్చినట్లున్నారు" అంటూ నవ్వుతున్నారు మనోహర్.

మనోహర్ వైపు కృతజ్ఞతగా చూసాను.

"మా స్నేహాన్ని మళ్ళీ చిగురింపజేసిన మీ ఋణం ఎలా తీర్చుకోవాలో తెలియడం లేదు మనోహర్" అంది పరిమళ.

"అందుకు ఒక మార్గం ఉంది మరి, చెప్పనా?"

నేనూ పరిమళ ముఖాముఖాలు చూసుకున్నాము.

"మీరిద్దరూ ఈసారి ముగ్గుల పోటీలో కలిసి పాల్గొని, బహుమతులు గెలుచుకుంటే నా ఋణం తీర్చినట్లే" మనోహర్ సూచనని ఆనందంగా అంగీకరించాము.

సంక్రాంతి పండుగరోజు వచ్చింది. కాలనీలో ముగ్గుల పోటీ మొదలయింది.

పోటీలు జరిగే ప్రాంగణం, నూతనవస్త్రాలు ధరించి క్రొత్త కాంతులతో మెరిసిపోతున్న వనితల గలగల నవ్వులతో ప్రతిధ్వనిస్తూ, సంక్రాంతినాటి రంగురంగుల రంగవల్లుల మిలమిల కాంతులతో శోభిల్లుతూ కనులవిందు చేస్తోంది.

పోటీ ముగిసింది. ఫలితాల కోసం ఆత్రంగా ఎదురుచూస్తున్నాము ప్రతి ఒక్కరం.

"ఈ సంవత్సరం ముగ్గుల పోటీలో ప్రథమ బహుమతిని ఇరువురు సమానంగా గెలుచుకున్నారు. వారే, చిన్ననాటి స్నేహితులు, మన ఊరి ఆడపడుచులూ అయిన సుమ, పరిమళ" అంటూ నిర్వాహకుల ప్రకటన వెలువడగానే ప్రాంగణమంతా హర్షధ్వానాలతో నిండిపోయింది.

నేనూ, పరిమళ చేయి చేయి పట్టుకుని వేదిక పైకి వెళ్ళి, ఒకటిగా మా బహుమతిని అందుకున్నాము.

మా ఇరువురి కుటుంబాలలో సంక్రాంతి పండుగ సంబరాలు మిన్నంటాయి.

సంబరం

చిలుకూరి ఉషారాణి

విజయవాడ

Ph : 9493120493

పండుగ అంటేనే ప్రత్యేకం. అటువంటి ప్రత్యేకమైన రోజున జరిగిన కొన్ని సంఘటనలు మన మనసుల్లో చెరగని ముద్ర వేస్తాయి. పసి వయసులో ఐతే మరీను. నా చిన్నప్పుడు, నేను ఐదో తరగతి చదివే రోజులవి.

"తేజ లే...లే తేజ" అంటూ అక్క నన్ను నిద్ర లేపుతున్నట్లు వినిపిస్తున్నా, ఇంకాస్త ముసుగు తన్ని పడుకున్న.

ఆరయ్యింది. లే అంటూ ముఖము మీద నుండి దుప్పటి తీసింది.

లేచిందా, అంటూ అప్పుడే అమ్మ అడిగి వెళ్ళింది.

"త్వరగా లేపండి" అంటూ ఆర్డర్ వేసి వెళ్లారు నాన్నగారు.

తేజ లే, ఇవ్వాళ పండగ కదా, అన్నది అక్క. "పండుగ" అన్న మాట చెవిన పడింది.

అంతే టక్కున పైకి లేచింది పసి ప్రాణం.

ఏంటి పండగా? అంటూ ఉత్సాహంగా అడిగాను.

అవును అని తలూపింది.

అయ్!

హోమ్ వర్క్ చేసే పని లేదు, కొత్త బట్టలు వేసుకోవచ్చు, నేను ఎంచక్కా చందు, బాబీ, సుక్కులతో ఆడుకోవచ్చు, లడ్డూలు, సేమ్యా తినొచ్చు. ఇంకా పిన్ని వాళ్ళు కూడా వస్తారు. పిన్నితో బాటుగా వాళ్ళు పెంచుకుంటున్న కుక్క పిల్ల పప్పీ కూడా వస్తుంది. అది ఎంత ముద్దుగా ఉంటుందో. నాకైతే భలే ఇష్టం. మనమూ ఒక కుక్క పిల్లను పెంచుకుందాం అని ఎన్నిసార్లు అడిగినా మా అమ్మ ఎప్పుడూ వద్దంటుంది..." అలా చిన్ని బుర్రలో బోలెడన్ని ఆలోచనలు గిర్రున తిరుగుతున్నాయి. ఆ హుషారులో నిద్ర మత్తు పూర్తిగా వదిలింది. గబగబా తయారవడానికి మంచం మీదనుంచి లేచాను.

కొత్త బట్టలు వేసుకోవచ్చనుకుంటే, స్కూల్ డ్రెస్ వేసేసింది అమ్మ. ఇంట్లో సందడి కూడా లేదు.

నేనేమో ఇల్లంతా వెతికాను. అమ్మ, నాన్న, అక్క తప్ప ఇంకెవరూ లేరు. పిన్ని వాళ్ళు, పప్పీ రాలేదు. అమ్మ ఉప్మా పెట్టింది, తినమని. లడ్డూ లు కూడా లేవు.

ఇవ్వాళ "పండగ కాదా" అని ఏడుపు ముఖం తో అమ్మను అడిగాను.

పండుగే, కానీ స్కూల్ లోనే అంటూ నాకు జడలు వేసి, పౌడర్ అద్ది, కాటుకతో చెవి వెనుక దిష్టి చుక్క పెట్టింది.

అక్క కూడా యూనిఫాం వేసుకుంది.

"లేటయ్యింది, త్వరగా రండి" అంటూ నాన్న, మా ఇద్దరినీ స్కూటర్ మీద స్కూల్ కి తీసుకెళ్ళారు.

స్కూల్ అంతా రంగు రంగు కాగితాలతో అందంగా అలంకరించారు. అక్కడ అంతా సందడిగా ఉంది. మా టీచర్ నన్ను, నా స్నేహితుల్ని ఒక వరుసలో కూర్చోబెట్టింది. నేను ముందు వరుసలో ఒద్దికగా కూర్చున్నాను.

కాసేపటికే ప్రసంగాలు మొదలైనాయి. మా హెడ్ మాస్టర్ ప్రసంగించి "జాతీయ జెండాను ఎగురవేశారు. జెండా వందనం" చేశారు.

మేమందరం కూడా నిల్చొని జెండాకు వందనం చేశాం. జెండా, అలా గాలికి ఎగురుతుంటే, భలే ఉందిలే. తర్వాత,

పిల్లలందరికీ, చాక్లెట్స్ కూడా పంచిపెట్టారు. నాకు నాలుగు చిన్న చాక్లెట్స్ ఇచ్చారు. పైన కవరు తీసి ఒకటి నోట్లో వేసుకున్నాక గుర్తొచ్చాడు, రోషన్. వాడు నాకు అప్పుడప్పుడు చాలా చాక్లెట్స్ ఇస్తుంటాడు. వాడికోసం చూసాను, కనబడలేదు. రాలేదేమో అనుకొని, వాళ్ళిల్లు స్కూల్ పక్కనే కావడంతో, వాడి కోసం అక్కకు కూడా చెప్పకుండా వెళ్ళిపోయాను.

ఇంతలో మమ్మల్ని తీసుకెళ్లడానికి మా నాన్న గారొచ్చారు.

నేను స్కూల్ లో కనబడక పోవడంతో చాలా కంగారు పడ్డారంట. చెల్లిని చూసుకోవద్దా అని అక్కని బాగా తిట్టారంట. నా కోసం చాలా చోట్ల వెదికారు. కానీ చివరకు నేను స్కూల్ ఆవరణలోనే కనిపించాను. కనపడగానే, నన్ను చెంపకేసి లాగిపెట్టి కొట్టింది అక్క, చెప్పకుండా ఎక్కడికెళ్ళావ్ అంటూ పెద్దగా అరుస్తూ.

భయమేసింది. అక్క నన్ను ఎప్పుడూ అలా కొట్టలేదు మరి. నాన్న, నన్ను దగ్గరగా తీసుకుని నిదానంగా అడిగారు. టీచర్స్ కొందరు నా చుట్టూ గుమిగూడి అడుగుతుంటే, నా నోట్లో నుంచి మాట రాక, పక్కనున్న రోషన్ ను చూపించాను.

వాడేమో బిక్కమొహంతో, మరేమో తేజానే మా ఇంటికొచ్చింది అంటూ నా వైపు చూపించాడు.

పిల్ల దొరికింది సంతోషం అనుకుంటూ, ఇంకెప్పుడూ అలా చెప్పకుండా వెళ్ళొద్దన్నాడు నాన్న. రోషన్ ను పిలిచాడు. వాడు నాన్నకు దగ్గరగా వచ్చాక, వాడి షర్టు కు పెట్టిన చిన్న జెండా ను చూసారు. మా నాన్నగారు నాకిచ్చిన వాటిలో, నేను వాడికి ఒకటిచ్చానని తెలుసుకొని, నువ్వు కూడా ఆగస్టు పదిహేను, స్వాతంత్ర్య దినోత్సవం రోజున తప్పకుండా స్కూల్ కి రావాలి, భారతీయ జెండా కు వందనం చెయ్యాలి అని చెప్పి, నన్ను, అక్కను స్కూటర్ మీద ఇంటికి తీసుకెళ్లారు.

అలా నా చిన్నతనం లో, జాతీయ పండుగను జరుపుకున్నాం.

ఆ తర్వాత ప్రతి స్వాతంత్ర్య దినోత్సవం రోజున తప్పకుండా స్కూల్ కి వెళ్ళేదాన్ని. NCC లో కూడా చేరాను. మార్చింగ్స్ లో కూడా పాల్గొనేదాన్ని.

అదే స్ఫూర్తితో "పోలీస్ అధికారిణి గా రాణించాలని" నేను కన్న కల కూడా నెరవేరింది.

ఈ రోజు స్వాతంత్ర్య దినోత్సవం సందర్భంగా భారత జాతీయ జెండా "త్రివర్ణ పతాకం" ను ఎగర వేసే అద్భుత అవకాశం నాకొచ్చింది. మువ్వన్నెల జెండా ఎగురుతుంటే, నాలో దేశభక్తి అణువణువు జీవ నదిలా ప్రవహిస్తుంటే, జాతీయ గీతాలాపనల నడుమ వందనం చేశాను.

మనసుంటే మార్గం ఉంది.

విశాలాక్షి దామరాజు

కెనడా

Ph: 9010902794

"ఎటు చూసినా పెరుగు మీద మీగడ లా పేరుకుపోయిన మంచు". పచ్చగా ఎఱ్ఱగా రంగు రంగుల్లో చిత్ర విచిత్రమైన పూలతో చిగురించిన చెట్లు. మంచు తెరల్లో ముఖం దాచుకొని మనోహర సౌందర్యాన్ని కనిపించి కనిపించకుండా కనుమరుగు చేస్తున్న కమనీయ దృశ్యం.

క్రిస్మస్ పండగకు క్రిస్మస్ చెట్లని మంచుతో కప్పబడితేనే మంచి ఫలితాలను ఇచ్చే పండగ అవుతుందట. నాకైతే మనదేశంలో 1000 చలికాలాలు ఒక్కసారి వచ్చినా ఇంత మంచు పడుతుందో లేదో అనుమానమే.

ఆ జనవరి నెలలో అంత మంచు పడుతోంది. చిత్రం ఏమిటంటే మన తెలుగు వాళ్లే చాలాకాలం బట్టి అక్కడ స్థిరపడిపోయిన వాళ్ళతో ఆ మాటంటే! అబ్బే! ఇదేం మంచండీ ?.మేము ఈ ప్రాంతానికి వచ్చిన కొత్తలో, మా ఉద్యోగం చేస్తున్న ప్రదేశం వెళ్లడానికి రావడానికి మంచు గడ్డలపై నడుస్తూ మహా కష్టపడేవాళ్ళం, ఇప్పుడు అందులో పదో వంతు మంచు మాత్రమే కురుస్తోంది .దీనికే మీరు హడలిపోతున్నారు అన్నారు. అంతవరకు ఆ దేశాన్ని గంధర్వలోకమని మురిసిపోయిన నేను గాబరా పడిపోయి,

హమ్మో ! ఇంకా మంచు కురుస్తుందా? అన్నాను ఆశ్చర్యపోయి.

నా చిన్నప్పుడు పరుపులు కుట్టడం కోసం వచ్చే, రుద్రా సాహెబ్ మా పెరటి వాకిలిలో బూరుగు దూదిని యేకుతుంటే,దూది పిందెలు తమాషాగా గాల్లో ఎగురుతూ, గుట్ట గుట్టలుగా పడేది . అలా మంచు కురుస్తోంది.అరోజు తెల్లవార్లూ మంచు కురుస్తూనే ఉంది.

వీధిలో ముగ్గు పెట్టడం మాట దేవుడెరుగు, వీధి తలుపు తీసుకోవడానికి కూడా వీలుకాని పరిస్థితులు.

ఆరోజు రాత్రి ధనుర్మాసం ప్రారంభమైనట్లు, నెలగంట కొట్టినట్లు, మాతృ దేశం నుండి మా చిన్నక్క ఫోన్ చేసింది.

ధనుర్మాస ప్రారంభం రోజు నుండి నా చిన్నప్పుడయితే ముగ్గులతో స్వాగతం చెప్పడానికి, ధాన్యం మర పట్టించి బియ్యం ఇంటికి వస్తే, వాటిని జల్లించి తీసిన నూకలు తీసి, ముందుగానే పిండి కొట్టించి, ముగ్గులు పెట్టుకోవడం కోసం,పిండిని పెద్ద పెద్ద జాడీల్లో నిలువ చేసేది అమ్మమ్మ..

తెల్లవారు ఝామున లేచి, ముసుగులేసుకుని, అప్పటికే కళ్ళాపి జల్లి ఉంచిన వాకిట్లో,గీతల ముగ్గులు, చుక్కల ముగ్గులు, వరి పిండితో పెడితే చూడడానికి కళ్యాణకారంగా ఉండేవి.. అంతే కాదు అనేక జీవరాశులకు ఆహారం పెట్టినట్లు అవుతుంది. ఇంట్లోకి పురుగు, పుట్రా రావు. వాటికి కావలసిన ఆహారాన్ని బయటే పెట్టేస్తే,ఇంట్లోకి చీమలు, దోమలు, కాకులు, పిచ్చుకలు రావు కదా అనేది అమ్మమ్మ. అది నిజమే కదా! ఎంత భూత దయ.

ఇంటి యజమాని ముగ్గు లేని గడప దాటి వెళ్ళకూడదని, యజమాని నాలుగు గంటల కే బయటికో, పొలానికో వెళ్తే, ఇంటి యజమానురాలు, అప్పటికే ఇంటి ముందు ఊడ్చి ముగ్గులు పెట్టి, పరిసరాలు పరిశుభ్రంగా ప్రశాంతంగా ఉంచేది.. పాత పద్ధతులు పనికి రానివని పరిహాసం చేస్తాం గానీ ,ప్రాణాంతకమైన సమస్యలు

రాకుండా, ఆ పాత పద్ధతులే కాపాడేవని, కరోనా లాంటి ప్రాణాంతకమైన వ్యాధి వచ్చినప్పుడుగాని తెలియలేదు.

ఆ పాత పద్ధతులను కదా! మళ్ళీ పాటించారు. ఏదైనా, మంచికి మంచి, చెడుకు చెడు అనుకోవాలి కదా! పరిసరాలను పరిశుభ్రంగా ఉంచడం లో,పద్ధతిగా మసులుకోవడంలో, ఈ దేశీయులు ముందంజలో ఉన్నారనిపించింది.."పద్ధతి అన్నది ప్రతివారు పాటిస్తేనే. పరిపూర్ణంగా ఫలితం సిద్ధిస్తుంది".

ఇక్కడ నిబంధనలను కఠినంగా అమలు చేస్తారు కాబట్టి, ప్రకృతిని కాపాడుకుంటూ, పరిసరాలు పరిశుభ్రంగా ఉంచుతూ, ప్రగతిని సాధిస్తున్నారు.

ప్రస్తుతానికి వస్తే, వీధి తలుపు తీసేసరికి, డీప్ ఫ్రిడ్జ్ డోర్ తీసినట్లు మంచు పేరుకుపోయి ఉన్న ఈ కెనడా దేశంలో, మార్గశీర్ష లక్ష్మి వారాలు ఎలా చేయాలి? ధనుర్మాసం ముగ్గులు ఎలా పెట్టాలి? ఇక్కడ సంక్రాంతి సంబరాలు ఎలా చేసుకోవాలి? పండగ నాడు సూర్యుడు కనపడతాడా? మనవడికి భోగి పళ్ళు ఎలా పొయ్యాలి? ముత్తైదువులకు పసుపు కుంకాలు ఎలా ఇచ్చుకోవాలి? అన్నీ నాకు ప్రశ్నార్థ కాలే!...మా అమ్మాయిని అడిగితే, అలాంటి చాదస్తాలన్నీ ఇక్కడ వదులుకో అమ్మా! ఎక్కడ పరిస్థితులకు అనుగుణంగా అక్కడ చేసుకోవాలి తప్ప మన ఊర్లోలా పండగలకు ముగ్గులు పెడతానంటే ఎక్కడ అవుతుంది అంది.

ఆలోచించి ఆలోచించి.. ఆ రాత్రి అమ్మాయి వాళ్ళ ఇంట్లో పెద్ద ట్రే వుంటే దానిని శుభ్రంగా కడిగి, దానిలో ధనుర్మాసం రంగవల్లులు వరి పిండితో తీర్చిదిద్దాను.

ధనుర్మాసం నెల రోజులు అదే పని.

దాని లోనే పసుపు, కుంకుమ కొంచెం వేసి, వీధి గుమ్మం ముందు పెడితే, గడ్డకట్టుకుపోయిన ముగ్గు హిమవత్పర్వతం క్రిందలా తమాషాగా యిమిడి ఉండేది.

దేవుడు దగ్గరా అంతే,ఒక ఇత్తడి పళ్ళెం లో ముగ్గు పెట్టి, అందులో దీపాలు చాలా చిన్నగా వెలిగే ఒత్తులు వేసి వెలుగుతున్నంత సేపు వాటి మీద దృష్టి పెట్టి," భయ

భక్తులతో పూజ చేసుకునే దాన్ని. ఎందుకంటే ఏమాత్రం తేడా వచ్చినా ఫైరలారాలు మోగిపోతాయి.

నా చిన్నప్పుడు దీపం మరీ చిన్నగా కునుకు మని వెలిగితే, “ఈనాశి దీపం ఇంటికి చేటు, మాడ్చుకునే ముఖం ఉన్న పెళ్ళాం మనువుకు చేటు” అనేది మా అమ్మమ్మ.

“చెక్క ఇళ్లల్లో, చేతి వేలంత పెద్ద ఒత్తితో దీపాలు ఎలా తీర్చిదిద్దేది? చిన్న నూలు పోగుల్లా చేసి దీపాలు పెట్టేదాన్ని”. ఫ్లోర్ మీద గాని, గోడల మీద గాని,పసుపు, కుంకుమ, ఇంకా ఏదైనా మరకలు పడితే మహా సంగ్రామాలే జరిగిపోతాయి

మా అమ్మాయితో. ఎందుకంటే ! అప్పుడు వాళ్ళు ఉండేది, అద్దె ఇంట్లో .

మన దేశం కాదు, మన పద్ధతి కాదు .ఇల్లు ఖాళీ చేసినప్పుడు, ఏ మాత్రం తేడా లేకుండా,అప్పజెప్పాలి.

లేకపోతే భారీ ఎత్తున పెనాల్టీలు పడతాయి అని చెప్పింది ..

ఇంట్లోనే కాదు స్నానాల గదిలోను అంతే. మనదేశంలోలా, స్నానాల గదిలో పచ్చగా పసుపు రాసుకుని, నలుగు పెట్టుకుని, కుంకంబొట్టు పెట్టుకొని కూర్చునే సౌభాగ్యం, సౌలభ్యం లేవు.

సరే!” ఏ రోటి దగ్గర ఆ పాట పాడాలని అన్నట్లు”, ఆ దేశానికి అనుగుణంగా అక్కడ జీవించేసి, నటించేసాను.

భోగి ముందు పంచవటికి,దేశి కాట్ కి వెళ్ళి,”అడ్డకు పడ్డ” అన్నట్లు,ఆరు రేగు పళ్ళు 10 డాలర్లకు,చిన్న చెరుకుముక్క 20 డాలర్లు, చిన్న ప్యాకెట్టు పువ్వులు 20 డాలర్లు,ఐదు మామిడాకులు పది డాలర్లు చొప్పున కొని, పిలకలేని కొబ్బరికాయ, అరటిపళ్ళు, పసుపు,కుంకుమ, ఖర్జూరం, కొన్ని వస్తువులు, పదిరెట్లు కొని 50 రెట్లు సొమ్ములు చెల్లించి భోగి పళ్ళ కోసం తెచ్చుకున్నాము.

అయ్యో! అంత ధరలా!అని నేను బాధపడుతూ ఉంటే, కరివేపాకు ధర చూసి కళ్ళు తిరిగిపోయి, కన్నీళ్లు పెట్టుకుంటే, అలా పద్ధతి ప్రకారం చేయడమైనా మానేయ్ లేదా, ఇలా ఇంత కొన్నాను అని బాధ పడడం అయినా మానేయ్, అప్పుడు ప్రశాంతంగా ఉండ గలుగుతావ్. ప్రతి పైసా మన ఇండియన్ కరెన్సీ లోకి మార్చుకొని చూసుకుంటే! నువ్వు పూజ చేసుకున్న ఆనందం మిగలదు, అంది మా అమ్మాయి..

సరే! సరదాగా పండగ చేసుకోవాలి కాబట్టి.. సంప్రదాయాన్ని వదులుకోలేం కాబట్టి ....సంసిద్ధత తెలియజేశాను.. కెనడాలో ఎక్కువమంది పంజాబీలు, తమిళులు నివసించడం వల్ల, సంక్రాంతికి నాకు చీర కూడా కొంది మా అమ్మాయి.

అక్కడ ఆశ్చర్యం ఏమిటంటే! అచ్చమైన మన సంస్కృతి ప్రతిబింబిస్తున్నట్లు, మనవాళ్లు అందరూ ఒక చోటికి చేరి ఆర్భాటంగా సంక్రాంతి పండుగను జరుపుకునే విధానం ముచ్చటేసింది.

కెనడా తెలుగు తల్లి పత్రికా సంపాదకురాలు లక్ష్మి గారు, భోగి పళ్ళు పోసినప్పుడు, (ఆ పాట చరణాలు మర్చిపోయాను అని అనేసరికి), భోగిపళ్ళు పాటలు, హారతి పాటలు, వాళ్ళ బృందంలో ఉన్న వాళ్లు పాడిన పాటలతో సహా,మొత్తం నాకు ఆడియోలు పెట్టి, మనవడు భోగి పళ్ళు కార్యక్రమాన్ని చక్కగా చేయండి అని చెప్పడం ఎంత సంతోషాన్ని కలిగించిందో!

చెప్పొద్దూ మనది కాని ప్రాంతంల్లో కూడా,అక్కడ వాళ్ళు ఎంత పద్ధతిగా పండుగలను జరుపుకుంటున్నారంటే, మన సంస్కృతిని సంప్రదాయాన్ని ప్రతిబింబింప చేస్తున్నారంటే, చాలా సరదా వేసింది.

మాతృదేశంలో మన భాషని, సంప్రదాయాన్ని నిర్లక్ష్యం చేస్తూ, చెలరేగిపోతున్న మన వాళ్ళలో, కొందరిని తలుచుకుంటే చాలా బాధనిపించింది కూడా.

బోలెడంత డబ్బు లు పోసి, ఆవు పేడ కొని, గొబ్బెమ్మలు పెడుతూ, పద్ధతిగా పండుగ జరుపుకునే విధానం చూస్తే, పరమ సంతోషంతో ఉబ్బి తబ్బిబ్బయ్యాను.

అందులో ఆంటీ మీరు పెద్దవాళ్లు ప్రారంభించండి అని,నా చేత పిల్లలు ఆ కార్యక్రమాలు ప్రారంభింపజేస్తే, ఎంత సంతోషం అనిపించిందో! మాటల్లో వర్ణించలేను.

ఏమైతేనేం భోగినాడు పొంగలి, సంక్రాంతి నాడు పులిహోర, పరమాన్నం, గారెలు, కనుమ నాడు మినుము తినాలి కాబట్టి మినప సున్ని పద్ధతి ప్రకారం చేశాను.

కొత్త బట్టలు కట్టుకుని ఇంట్లో వాళ్ళమంతా ఎంతో సంతోషంగా పండగ చేసుకొని, దేవాలయానికి వెళ్ళాం.

అత్యంత విశాలమైన ప్రాంగణంలో,సమస్త పరివార దేవతలతో, టోరంటో దగ్గరలో ఉన్న కందస్వామి{స్కందుడు} గుడిలో,మా ఇంటి ఇలవేల్పు అయిన కేదార్ నాథుడితో సహా,సకల దేవతలను దర్శించుకుని సంతోషంతో మురిసిపోయాను.

నాకు అత్యంత ఆశ్చర్యాన్ని కలిగించిన సంఘటన ఏంటంటే!

అసలే కెనడా. గడ్డకట్టే చలి .అక్కడ కూడా అయ్యప్ప స్వామి పూజలు యధాతథంగా చేస్తూ, అద్భుతంగా భజనలు చేస్తున్న అయ్యప్ప స్వాములను చూస్తే, వారిలో నాకు సాక్షాత్తు శివకేశవులు దర్శనమిచ్చారు.

అంతకు ముందు కార్తీకమాసంలో వెళ్లినప్పుడు కార్తీక పున్న నోములు నోచుకుని నాకు ఉద్యాపన ఇచ్చిన, ఆ పిల్లల్ని చూసి సంతోష సంభ్రమాల తో సంబరం చేసుకున్నాను.

ఆ గుడిలో విధి విధానంగా ప్రతి పౌర్ణమికి సత్యనారాయణ స్వామి వ్రతం చేయించుకునే మా అమ్మాయి స్నేహితురాలు సుజాత,వాళ్ళాయన గణేష్,నన్ను వాళ్ళతో తీసుకెళ్లి ఆ దేవాలయంలో నా చేత దీపదానాలు ఇప్పించి,పూజలు చేస్తుంటే, ఖండాంతరాలు దాటినా, జన్మ సంస్కారాలు మనిషిని వీడి పోవని అర్థమైంది.

మకర సంక్రాంతి నాడు మా అమ్మాయి తో సహితంగా,మరి కొంతమంది పిల్ల ముత్తయిదువులకు, పసుపు,కుంకాలు పంచుకున్నాను.

కెనడాలో తిథి ముందు రోజే వచ్చేస్తుంది, కాబట్టి కనుమనాడు నైవేద్యాలన్నీ ఉదయాన్నే చేసేసుకుని కంప్యూటర్ దగ్గర కూర్చుని భారతదేశంలో జరుగుతున్న అంతర్జాతీయ కవి సమ్మేళనానికి హాజరైపోయాను.

ఆంధ్ర విశ్వవిద్యాలయం విశ్రాంత ఆచార్యులు మలయవాసిని మేడం గారు, అక్కడ తూర్పు తెల్లారక ముందే తయారై పోయావా? సంక్రాంతి ముగ్గులు ఎక్కడ పెడుతున్నావు అని నవ్వుతూ అడిగారు?

పెద్ద ట్రేలో నేను, మా అమ్మమ్మ నేర్పిన వైకుంఠ ద్వారాలు ముగ్గు పెట్టానని చూపెట్టాను. ఆవిడ చూసి మురిసిపోతూ, అబ్బో! చాలా బాగా జరుపుకున్నారన్నమాట సంక్రాంతి పండగను. అని ఒక పెద్ద పళ్లెంలో పెట్టిన సంక్రాంతి రథాన్ని చూసి,సంతోషంతో విదేశాల్లో కూడా విభిన్న ప్రయోగాలు చేస్తూ,ముగ్గులు కూడా పెట్టొచ్చు అని ఉపాయం చెప్పావ్. నేను అమెరికాలో ఇలాగే చేస్తాను అన్నారు, ఎవరినైనా ఆత్మీయంగా పలకరిస్తూ, అభినందించే మనస్తత్వం గల మేడం గారు.

అదే మా వాళ్ళు కొందరు, వెటకారాలు ఆడారు.

భోగి మంటలు అవి వేసేస్తే, ఫైర్ అలారాలు మోగిపోయి, మీ అమ్మాయి చాలా సమస్యలు ఎదుర్కోవలసి వస్తుంది అన్నారు.

ఆ మాత్రం వివేకం నాకు లేకపోలేదు. మనం ఎక్కడ ఉన్నా, ఏం చేస్తున్నా?మన ధర్మాన్ని మనం ఆచరించాలి,

మన కర్తవ్యం మనం నెరవేర్చాలి.స్వదేశంలో ఉన్న వాళ్లే, ఏం చేస్తాంలే? చేయకపోతే ఏమవుతుంది ?అని అవాకులు, చెవాకులు మాట్లాడుతుంటే, వాళ్లతో అనవసరంగా వాదనలు చేయకూడదు, ప్రసంగాన్ని పొడిగించకూడదు అని నా ఉద్దేశం.

అచ్చమైన పండగలు మన దేశంలోనే మనం జరుపుకోవడం లేదు.

మా చిన్నప్పుడు పల్లెటూర్లో ఉన్నట్లు, పంటలు ఇంటికి రావడం, బండి నిలబెట్టి పశువులకు కాళ్లకు పసుపు రాసి బొట్టు పెట్టి,ఆ ధాన్యం బండి నుండి, మొదటి గంప ధాన్యం ఆడపిల్లలు తీసుకోవడం, ధాన్యాన్ని గాదెల్లో, నందల్లో నింపుకోవడం, దాన ధర్మాలు చేయడం,తనకున్న దానిలో ఒకంత సాటి వాళ్లకు పెట్టడం, భూత దయ, పండగ పరమార్థంగా ఉండేవి.

సంక్రాంతి అంటే నెల గంట కొట్టగానే,పరిసరాలు, ఇళ్ళు,వాకిళ్లు,శుభ్రం చేయడం, సున్నాలు చుక్కలు అంటూ ఒకటే హడావిడి చేసేవారు గృహిణులు. రైతులు పంటలు ఇంటికి తెచ్చే హడావిడిలో ఉండేవారు.అన్ని వృత్తుల వాళ్లకు ఈ సంక్రాంతి పండగ అంటే హడావిడి. అల్లుళ్ళు, కూతుళ్లు, పిల్లలు, పాపలతో ప్రతి ఇల్లు కళకళ లాడిపోతూ ఉండేది.

బంతులు, చేమంతులు, పోటీ పడుతూ పరిమళాలు వెదజల్లేవి.

మంచు ముత్యాలు మేను పై మెరుస్తుంటే,ప్రకృతి సౌందర్యం ప్రత్యక్షం అయినట్లుగా ఉండేది .

ప్రతి ఇల్లు ఈ పెద్ద పండగకు బంతి, చామంతులు, పూలమాలలతో, మామిడాకుల తోరణాలతో, మనోహరంగా అలంకరింపబడి కనబడేది. ఇంటి ముందు తీర్చిదిద్దపడిన రంగవల్లులు,ఆ ఇంట్లో స్త్రీల,కళా నైపుణ్యానికి ప్రత్యక్ష సాక్ష్యం అన్నట్లు ఉండేది.

గంగిరెద్దుల వాళ్లు, బుడబుక్కల వాళ్ళు, కొమ్మ దాసరులు, హరిదాసులు, జముకుల వాళ్లు, బరాతాలు అడిగే వృత్తి పనివాళ్ళు, ఆత్మీయంగా అనుబంధంగా అద్భుతంగా పండగ జరిగేది.

మా ప్రాంతంలో ముఖ్యంగా పలు జానపద కళలు పోషింపబడేవి .పేకాటలు, బల ప్రదర్శనలు,కోడి పందాలు,మూడు రోజుల పండగ ముచ్చటగా జరిగేది.

సంవత్సరం తమకు సేవలు చేసి బంగారం లాంటి పంటలు అందించడానికి తోడ్పడిన పశువులకు కనుమనాడు పసుపు రాసి, బొట్లు పెట్టి కొమ్ములకు రకరకాల తోరణాలతో అలంకరించి పిండివంటలతో ఆహారాన్ని అందించేవారు.కనుమను పశువుల పండగ అనేవారు. సంబరాల సంక్రాంతిని, అల్లుడింటికి వెళ్లి, గుండమ్మ కథలో ఎన్టీఆర్ గారు చెప్పినట్లు అత్తరికం చేసి, కెనడాలో అల్లుడి ఇంట్లో ఆనందంగా పండగ చేసుకున్నాం.

విదేశంలో ఉండి పోయానన్న చింత లేకుండా, జీవితంలో మరిచిపోలేని మధురానుభూతిని మిగిల్చింది కెనడాలో జరుపుకున్న సంక్రాంతి పండగ.

ఏవో చిన్నచిన్న కష్టాలు, సమస్యలు, ఎదురైనా ,'మనసుంటే మార్గం ఉంటుంది' అన్నట్లు, మనసుపెట్టి చేసుకున్న పండగ మధురానుభూతిని మిగిల్చింది .

అల్లుడికి చెలగాటం-మామ కి ప్రాణ సంకటం

వి.శారద
సికింద్రాబాద్
Ph: 9110324412

"ఏవండీ! ఈ సంవత్సరం అయినా అల్లుడికి పండక్కి మోటార్ బైక్ కొనాలండీ!

"ఎందుకు? తన దగ్గర చిన్న బండి ఉంది కదా"!

"ఉంటే మాత్రం అత్తారింటి నుంచి పండుగ బహుమతిగా తీసుకుంటే అదో గౌరవం".

"అతనికి గౌరవం అయితే అవ్వచ్చు, కానీ నాకు మాత్రం క్షవరం".

"మీరు మరీను, మూడు సంవత్సరాల నుంచి అతన్ని ఊరిస్తున్నారు, రేపు, మాపు అంటూ".

"అలా అనక, అడిగిన వెంటనే కొనేసాం అనుకో, అది అయిన తర్వాత మళ్ళీ ఇంకోటి అడుగుతాడు. అందుకే అన్నారే పూర్వకాలం "మామగారు బావి అయితే, అల్లుడు చేద అని". ఎంతైనా తోడుతూనే ఉంటాడు.

"మొన్నటికి మొన్న మన పక్కింటి కామాక్షి వాళ్ళ అల్లుడికి కారు కొనిచ్చిందట గొప్పగా చెబుతోంది".

"అంటే వాళ్ళ అల్లుడు అంత అడుక్కుతినే వాడన్నమాట. ఏం సొంతంగా కొనుక్కోలేడా? అత్తారు ఇచ్చిన దానిమీద ఆధారపడతాడా! సిగ్గు లేకుండా! అయినా అల్లుళ్ల కంటే కూడా మీ అత్తగార్లకి మరీ ఎక్కువైంది.

"కావడి మోసే వాడికి తెలుస్తుంది దాని బరువు"అని బరువు మోసే వాళ్ళం మామగార్లం, మీరు కాదు. పెద్ద దాని తర్వాత ఇంకా ఇద్దరు ఆడపిల్లలు ఉన్నారు. వాళ్లకి చదువులు, పెళ్లిళ్లు, పురుళ్ళు ఎన్ని ఉన్నాయి! గొంతెమ్మ కోరికలు కట్టిపెట్టు"అన్నాడు పరంధామయ్య భార్య గిరిజ తో.

***

పరంధామయ్యకి ఆదర్శ భావాలు ఎక్కువ.

ఆ రోజుల్లోనే తన పెళ్లిలో కాణీ కట్నం తీసుకోలేదు. తను ఎంత ఆదర్శంగా ఉంటాడో, వచ్చే అల్లుళ్లు కూడా అలాగే ఉండాలనుకున్నాడు. కానీ పెద్ద అల్లుడి తండ్రి కట్నం ఇస్తేనే గాని తాళికట్టనివ్వలేదు కొడుకు చేత.

వియ్యంకుడు"అలక పాన్పు "మీద బండి అడిగితే మొదటి పండక్కి ఇస్తానని తప్పించుకున్నాడు పరంధామయ్య. ఇక అక్కడి నుంచి ప్రతి సంవత్సరం పండగ వచ్చిందంటే బండి గురించే చర్చ. పరంధామయ్య ఎలా తప్పించుకుందామా అని ఆలోచిస్తూ ఉంటాడు.

పండగ దగ్గరకు వచ్చింది.

గిరిజ బాంబు పేల్చింది.

"మీరు పండక్కి బండి కొనివ్వకపోతే అల్లుడు ఇక్కడే ఉండిపోతాట్ట. నిన్న అమ్మాయి ఫోన్ చేసి చెప్పింది"

"అబ్బ ఎంత శుభవార్త చెప్పావే! పోనీలే నా చేతి కిందకి ఒక మనిషి దొరికినట్టు అయింది. కూరలు తేవాలన్నా, కిరాణా సరుకులు తేవాలన్నా, అన్నిటికీ ఒక్కడినే వెళ్లలేకపోతున్నాను. చల్లని మాట చెప్పావే! నీ నోటిలో పంచదార పొయ్యా!"అన్నాడు పరంధామయ్య.

"సిగ్గు లేకపోతే సరి! అల్లుడ్ని ఇంటిలో ఉంచుకుంటారా? అవ్వ!ఎవరైనా వింటే నవ్విపోదురు! ఏదో పండక్కి రావడం, రెండు రోజులు ఉండి వెళ్ళడం అది

ఆనవాయితీ, రివాజూను. చోద్యం కాకపోతే అల్లుడ్ని ఇల్లరికం తెచ్చుకుంటామా! అంది గిరిజ.

"ఏమే! నేను మీ నాన్న దగ్గర, కాణీ డబ్బు తీసుకున్నానా! నువ్వేమో అల్లుడికి దోచిపెట్టమంటావ్"!

"అవునండి! మీరు ఆరోజు ఆదర్శం అని కట్నం తీసుకోలేదు కానీ, మా చెల్లెళ్లకి మా నాన్న శుభ్రంగా కట్నం ఇచ్చాడు. వాళ్ళు మెళ్ళో బంగారాలు వేసుకుని తిరుగుతున్నారు"అంది ముక్కు చీదుతూ.

***

పండగ ముందు రోజుకే కూతురు, అల్లుడు వచ్చారు. సకల మర్యాదలు చేసింది గిరిజ. పండుగ రోజు ఉదయాన్నే కూతురు ,అల్లుడి చేతికి ఆవు పేడతో చేసిన చిన్న చిన్న పిడకలతో దండలు గుచ్చి అవి భోగిమంటల్లో వెయ్యమంది.

అది అయిన తర్వాత నలుగు పిండితో తలంటు పోసుకుని వచ్చేటప్పటికి వేడివేడి పాయసం, గారెలు. ఇంకేం అల్లుడు సుష్టుగా తిన్నాడు.

మధ్యాహ్నం నవరసాల పిండి వంటలతో విందు భోజనం. మామగారు, అత్తగారు అల్లుడికి కొసరి కొసరి వడ్డించారు. అల్లుడు మర్యాదలకు పొంగిపోయాడు."అయ్యో! ఇటువంటి వాళ్ళనా, మూడేళ్ల నుంచి బండి అని పీడిస్తున్నాను.ఛీ! బుద్ధి లేక పోయింది."అనుకున్నాడు.

సాయంత్రం టీ తాగుతుంటే,"మావయ్య గారు! మీకో శుభవార్త. ఇక మీరు బండి విషయం మర్చిపోండి, నాకు బండి వద్దు, నేను మిమ్మల్ని పీడించి బండి తీసుకున్నా, మీకు ఎప్పుడు నా మీద సదభిప్రాయం ఉండదు, అందుకని నాకు బండి వద్దు మావయ్య"! అన్నాడు అల్లుడు.

పరంధామయ్య మొహం 1000 ట్యూబ్ లైట్లలా వెలిగిపోయింది."భేష్! ఇప్పుడు పరంధామయ్య అల్లుడు అనిపించుకున్నావ్"! అన్నాడు సంతోషంగా.

ఎప్పుడైతే బండి వద్దన్నాడో ఇక మిగిలినవి పెద్ద లెక్కలోకి రావు అనుకుని,"

"చెప్పు బాబు నీ కోరిక ఏమిటి?"

"ఏం లేదు మావయ్యా! రేపు పెద్ద పండుగ కదా! అందుకని మీరు పతంగులు ఎగరెయ్యాలి" అన్నాడు.

దాంతో పరంధామయ్య గుండెల్లో బాంబు పేలింది.మొహం వెలవెలబోయింది.

అయినా, తమాయించుకుని "అదేమిటి, అల్లుడు! నువ్వు ఎగరెయ్యాలి కానీ, పెద్ద వాణ్ణి నేనేం ఎగరేస్తాను"

"లేదు మావయ్యా! సరదాగా ఎగరెయ్యడానికి వయస్సుతో నిమిత్తం ఏవుంది?రేపు బజారు కెళ్ళి కొనుకొద్దాం "అన్నాడు.

పరంధామయ్యకి ఆ రాత్రి నిద్రపడితే ఒట్టు.

భార్య గిరిజ తో "ఇదేమిటి! నన్ను ఎగరెయ్యమంటాడు! బండి వద్దన్న సంతోషం లేకుండా పోయింది"అన్నాడు.

"మీరు మరీను! ఆమాత్రం గాలి పటం ఎగరెయ్యడం రాదా? ఎవరైనా వింటే నవ్వి పోతారు".

"నీ మాట మరీ బావుంది. వెనకటికి ఎవడో అన్నాట్ట, ఆరడుగులు ఉన్నావు తేలు మంత్రం రాదా"! అని.

నేను చిన్నప్పుడు చాలా సన్నగా ఉండేవాడిని, ఒకసారి గాలిపటం ఎగరేస్తుంటే పెద్ద గాలి వచ్చి ,గాలిపటం తో పాటు నేను ఎగిరి పైనుంచి కింద పడ్డాను.అప్పటినుంచి నాకు భయం. అయినా నేను ఎప్పుడైనా ఎగరేయడం నువ్వు చూసావా?"అన్నాడు ఒకింత కోపంగా.

"సరేలెండి! ఏదో ఆలోచిద్దాం, ఇహ పడుకోండి".

మర్నాడు గిరిజ, "అల్లుడుగారు! భోజనాలు అయిన తర్వాత, సరదాగా అందరూ సినిమాకి వెళ్ళండి" అంది.

"వద్దు అత్తయ్య గారు, పండగపూట సినిమా ఏమిటి? సాయంత్రం మావయ్య గారు పతంగులు ఎగరేస్తారు కదా"! అన్నాడు అల్లుడు.

"అయినా, ఆయన పెద్దాయన ఆయన ఎగరేయడం ఏమిటి? నువ్వు ఎగరేయాలి కానీ, ఏమే అమ్మాయి! నువ్వు చెప్పు!"అంది కూతురు వంక చూస్తూ తనకి సపోర్ట్ గా ఉంటుందని.

"అయినా ఏం గొంతెమ్మ కోరికలు కోరారు! పతంగులే కదా ఎగరయ్యమంట!"అంది కూతురు తన భర్తకి ఎగరేయడం రాదు అని చెప్పలేక.

మధ్యాహ్నం పరంధామయ్య బజారుకెళ్ళి వచ్చేటప్పుడు చేతికి కట్టుతో వచ్చాడు. అది చూసి ఇంటిల్లిపాది కంగారు పడ్డారు. "ఇదేమిటండి ఎలా పడ్డారు? ఈ కట్టేంటి "అంటూ ఆందోళన పడింది గిరిజ.

"సైకిల్ మీద వస్తుంటే ఎవరో పిల్లాడు బండితో గుద్దాడు. కింద పడ్డాను, చెయ్యి మీద బరువు పడడంతో చెయ్యి నరం దెబ్బతిందిట. డాక్టర్ దగ్గరికి వెళితే కట్టు కట్టాడు. నెల రోజులు కట్టు ఇప్పకూడదుట" అన్నాడు బాధగా పరంధామయ్య.

గిరిజే అన్నం కలిపి తినిపించింది. తనకి ఇష్టమైన పదార్థాలు ఉన్నా, స్వంతంగా చేతితో తినలేక పోవడంతో కడుపునిండా తిన్నట్టు లేదు. అసంతృప్తిగా లేచాడు భోజనం నుంచి పరంధామయ్య.

ఇక పతంగుల కాన్సెప్ట్ లేకపోవడంతో అల్లుడు, పిల్లలు కలిపి సినిమాలకు వెళ్లిపోయారు.

అల్లుడు, కూతురు ఒక వారం ఉండి వెళ్ళిపోయారు. ఈ వారం రోజులు చేతి కట్టుతో పరంధామయ్య ఎంతో బాధపడ్డాడు.వాళ్లు ఊరు వెళ్లిపోయిన తర్వాత హమ్మయ్య అనుకుని చేతికట్టు ఇప్పబోతే, చెయ్యి విపరీతమైన నొప్పి వచ్చింది.

"అదేమిటి? డాక్టర్ నెలరోజులు కట్టుతో ఉండాలి అన్నాడు అని చెప్పారు కదా!" అంది అయోమయంగా గిరిజ.

"నీ మొహం లా ఉంది, నాకు రాదు మొర్రో అంటే వినకుండా నన్ను పతంగులు ఎగరేయమంటే నేనేం చేస్తాను?అందుకే ఇలా చేతికి కట్టు వేయించాను" అన్నాడు పరంధామయ్య.

"అయ్యో! లేని దెబ్బకి కట్టు వేయించుకుని ఎంత అవస్థ పడ్డారు,పండగ పూట కడుపునిండా తిండి లేకుండా అర్ధాకలితో లేచారు.''అంది బాధగా .

చెయ్యంతా వాచిపోయి, విపరీతమైన నొప్పి వచ్చింది.

ఆ బాధ భరించలేక ఆ సాయంత్రం వాచిపోయిన చెయ్యి గురించి, నెప్పి గురించి డాక్టర్ దగ్గరికి వెళ్లి డాక్టర్ చేత ఛీవాట్లు తిని ఆయింట్మెంట్, టాబ్లెట్లు తెచ్చుకుని వచ్చాడు.

వారం రోజులపాటు చెయ్యి కదలిక లేకపోవడంతో రక్తప్రసరణ జరగక చాలా నొప్పితో ఇబ్బంది పడుతున్నాడు పరంధామయ్య.

ఈ విధంగా అల్లుడి కోరిక మామకి పెద్ద సమస్యగా మారింది.

ఉగాది - ఆశల పునాది.

రమాదేవి కులకర్ణి
హైదరాబాద్
Ph: 8995613123

"ఒక్కనిమిషం ఇప్పుడే 'కేటి' ఉంది. " ఫోన్ ప్రద్యుమ్న్ కు చూపిస్తూ లోపలికి పరిగెత్తింది నిత్య.

"ఓకే నాకూ... కాల్ ఉంది తీసుకుంటాను" అంటూ లాప్టాప్ తెరిచాడు ప్రద్యుమ్న్.

బయట మండువా లోకి వెళ్లి కూర్చున్నాడు.

అక్కడ అతని అక్క కూతురు రెండేళ్ల 'డాలి' ట్యాబ్ లో ఇన్ఫోబెల్స్ లో పాటలు చూస్తూ ఉంటే.. వాళ్ళ అక్క ప్రవీణ అన్నం కూరుతోంది దాని నోట్లో!

"మామ పోతా " అంటూ వచ్చిన బుడ్డదాన్ని ఓసారి ఎత్తుకుని ముద్దుపెట్టుకుని "ఆమ్ తినమ్మా... అమ్మ దగ్గర" అంటూ కిందికి దించాడు.

ప్రవీణకు చిరాగ్గా ఉంది. ఇది ఎంతకూ అన్నం తినదు. మాటలు మాత్రం బోలెడు తింటుంది. బొజ్జ నిండా మాటలే.

నాన్నమ్మ పిలిచింది అని తను ఓ రెండు రోజులు సెలవు పెట్టి ముంబై నుండి వచ్చింది, భర్త మనోజ్ తో కలిసి కూతురుని తీసుకుని. మనోజ్ కు సెలవు దొరకలేదు. మేనేజ్ చేద్దాం లే అని రెండోపెళ్ళాం అదేనండోయ్ లాప్టాప్ ను చంకలో వేసుకుని వచ్చేసాడు.

"ఎండ్ టు ఎండ్ ఎన్క్రిప్షన్ వుంటుంది. OAuth2 ఆధారంగా యాక్సెస్. ప్రతి 90 రోజులకు కీ రొటేషన్. మెయిల్, లాగ్స్ అన్నీ SIEM సిస్టమ్‌తో ఇంటిగ్రేట్ అవుతాయి" ఇంగ్లిష్ లో ఇదంతా చెబుతున్నాడు మనోజ్ ఫోన్ లో, క్లయింట్ తో!

భర్త ఇప్పట్లో వచ్చేట్టు లేదని అర్థమైంది ప్రవీణకు, డాలి అన్నం తినట్లేదు. మొహం ఆ ట్యాబ్ లోంచి బయటకు తీయదు. చిరాగ్గా తనూ ఫోన్ తీసి ఇన్స్టాగ్రామ్ చూడడం మొదలు పెట్టింది. మరదలు నిత్య "కే టి" లో ఉంది.

"సిన్నమ్మా.. బుజ్జితల్లికి పెట్టండి ముంజికాయలు సలవ సేస్తది, మన బాయి కాడివే " అంటూ పాలేరు సాంబడు తాటిముంజలు తీసుకొని వచ్చాడు పొలం నుండి.

"అక్కడ పెట్టి, నాన్నమ్మ కు చెప్పి వెళ్ళు" అంది.

తెలంగాణ రాష్ట్రం మెదక్ జిల్లాలోని ఓ గ్రామం. ఆ ఊరిలోని ఒక పెద్ద మండువా లోగిలి కలిగిన ఇల్లు భాగీరథి దేవిది, పక్కనే మామిడితోట, ఎదురుగా మందారం పూల చెట్లు. ఓ నలభై ఏళ్ల క్రితం నిత్య కళ్యాణం పచ్చ తోరణం లా ఉండేది. వరుసగా ముప్పై ఏళ్లు ఆ గ్రామానికి సర్పంచ్ గా చేసి చనిపోయాడు ఆమె భర్త రమణయ్య. ఇప్పుడు కొడుకులు, కోడళ్లు, మనవళ్ళు,మనవరాళ్ళు అంతా రెక్కలు వచ్చి వివిధ ప్రాంతాలకు ఎగిరిపోయారు. ఆ ఊరిని వదలలేక భాగీరథీ దేవి మాత్రం అక్కడే ఉంది. తెల్లవారితే ఉగాది పండుగ. ఆమె డెబ్బయ్యవ పుట్టినరోజు కూడా!

"ఇంటికి మీరంతా వస్తే పండుగ నాకు అదే. నా పిల్లలంతా, మనవళ్లు, మనవరాళ్లు అందరూ వచ్చి, ఒక్క రోజు అయినా ప్రపంచాన్ని మరిచి, నాతో ఉంటే నాకు అదే బహుమతి!" అని నెలల క్రితమే ఫోన్ చేసి, పిలిచింది.

ఆహ్వానం విన్న వాళ్లంతా వచ్చారు కూడా. కానీ చేతిలో ల్యాప్టాప్‌తో, మెదడులో జూమ్ లింక్‌లతో, మొబైల్ నోటిఫికేషన్లతో!

ప్రసాద్ తన చిన్నకొడుకు, బెంగళూరులో సైబర్ సెక్యూరిటీ నిపుణుడు. ఇంట్లోకి అడుగు పెట్టగానే, "అమ్మా... కాల్ ఉంది. టెక్నికల్ డెమో ఇవ్వాలి!" అంటూ ల్యాప్టాప్

తెరిచాడు. అతని భార్య కవయిత్రి,ఆన్లైన్లో ఏదో సమూహానికి కవితలు రాసి పంపుతోంది, " కుటుంబము, ఆప్యాయతలు, అనుబంధాలు "అనే అంశానికి!

హైదరాబాదులో ఒక కంపెనీలో HR హెడ్ కూతురు "ఇంటర్వ్యూలు కంప్లీట్ చేయాలి, ఆ తర్వాత మీతో కూర్చుంటాను అమ్మా!" అంటూ రూములోకి వెళ్లిపోయింది.

ప్రవీణ, పెద్ద కొడుకు కూతురు. ఇద్దరూ రోజులు సెలవు పెట్టి ముంబై నుండి వచ్చారు.

అభిలాష్,అమెరికా నుంచి వచ్చిన చిన్నబాబు. కానీ జెట్ లాగ్‌తో పడుకున్నాడు. "ఒక్కరోజు నిద్ర పోనివ్వండి నాన్నమ్మా!" అంటున్నాడు.

కిరణ్, పెద్ద మనవడు. ట్రేడింగ్‌లో మునిగిపోయాడు. "నాన్నమ్మా... నిఫ్టీ డౌన్ అవుతోంది... రెండు నిమిషాలు" అని మూడు గంటలయింది.

స్నేహ, మెడికల్ విద్యార్థిని. ఫోన్‌లో పిడిఎఫ్ నోట్స్ చదువుతూ " నీట్ లో రెండో మార్క్ చాలా ముఖ్యం!"అంటోంది ఎవరితోనో...!

" ఒరేయ్ ఎందుకు వచ్చారురా.. అంత దూరం నుండి, ఆ కళ్ళు చూడు ఎలా అయిపోయాయో? బయట కలబంద తీసుకొచ్చి కాస్త తలకు మర్దనా చెయ్యనా" అంది కిరణ్ దగ్గరికి వెళ్లి ప్రేమగా తలనిమురుతూ.

" ఒక్క నిమిషం నానమ్మ.. పని ఉంది అన్నట్టుగా వేలుతో చూపించి,అభ్యర్థనగా కళ్ళ ద్వారానే సమాధానం చెప్పాడు కిరణ్.

మాళవిక.... అసైన్‌మెంట్‌లతో రాత్రింబవళ్ళూ పీక్కుంటూ... "డ్యూ డేట్ మిస్డ్ అవుతుంది నాన్నమ్మా!" అంది.

సత్యం, పెద్ద కొడుకు. ప్రభుత్వ టెండర్ల వెబ్‌సైట్ తెరిచి, "బిడ్డింగ్ టైమ్ అయిపోతోంది" అంటూ తనలో తాను గొణుక్కుంటున్నాడు .

లత, అతని భార్య. మొబైల్ లో ఫోటోకి ఫిల్టర్ వేసి , ఇన్‌స్టాగ్రామ్ పోస్ట్ రేడీ చేసే

పనిలో ఉంది.

ముంజలు పట్టుకొని ఇల్లంతా తిరుగుతున్న సాంబడు అందరిని విచిత్రంగా చూస్తున్నాడు. భాగీరథి దేవి కూడా పిల్లలందరినీ జాలిగా చూస్తోంది.

ఇంతలో ప్రవీణ డాలీ ని తీసుకొని వచ్చింది. డాలీని చంక నెత్తుకుని "ఒసేయ్.. నాతో ఇట్రా" అంటూ ప్రవీణను తీసుకొని వంట గది వైపు బయలుదేరింది భాగీరథి దేవి.

రాత్రి ఏడు నుంచి తొమ్మిది గంటల మధ్యలో పిల్లలందరూ సైన్ అవుట్ అంటూ మెల్లిమెల్లిగా తమ చంకలో ఉన్న భూతాలను మడిచి వచ్చి నానమ్మ పక్కకు చేరారు,కొడుకులు కూడా! కానీ కవయిత్రి పెద్ద కోడలు, ఇంస్టాగ్రామ్ చిన్న కోడలు మాత్రం ఇంకా ఫోన్లలోనే మునిగిపోయి ఉన్నారు.

తమ కర్రావు నెయ్యి వేసి ,ఒక పెద్ద గిన్నె నిండా ఆవకాయ అన్నం కలిపి పిల్లలందరికీ ముద్దలు వేస్తూ చిన్న పిల్లలకి గోరుముద్దలు తినిపిస్తూ మాట్లాడడం మొదలుపెట్టింది భాగీరథీ దేవి.

"గ్రానీ పుట్టినరోజు బహుమతిగా ఏమి కావాలి చెప్పు, ఆర్డర్ పెడుతా "చేతిలో ఫోన్ పట్టుకుని అడిగాడు కిరణ్. 'అవును, చెప్పు నాన్నమ్మా " అడిగారు మాళవిక మరియూ స్నేహ.

మిగతా వాళ్ళు కూడా అవునన్నట్టు తల పైకెత్తి చూసారు.

"ముందు ఇలా వచ్చి కూర్చోండి చెబుతాను" అంటూ అందరినీ కూర్చోబెట్టి తిరిగి అంది ఆవిడ, " రేపు ఉగాది పండగ, నా పుట్టిన రోజు కానుకగా మీరు ఎవ్వరూ.. మీ ఫోనులు లాప్టాప్ లు ముట్టుకోవద్దు. ఇదే మీరు నాకు ఇవ్వాల్సిన బహుమతి, చెప్పండి, ఇస్తారా!" అడిగింది.

ఓ రెండు నిమిషాలు ఆగి ఒకరొకరు "సరే" అన్నారు.

నానమ్మ మాతోపాటు అమెరికా రావచ్చుగా పెద్ద పెద్ద విల్లాలు ఎంత సంపద.

ఇంత బాగుంటుందో తెలుసా అన్నాడు మనవడు అభిలాష్.

"ప్రశాంతంగా కూర్చొని ఈ నాలుగు ముద్దలు తినరా ముందు" అంది నాన్నమ్మ

***

ఉగాది ఉదయం!

ఆదిత్యుడు ఇంకా పూర్తిగా పురివిప్పక తన పసిబ్రాయపు పసిమి కిరణాలను పృథివి పైన ప్రసరింపజేస్తున్న ప్రభాత సమయం.

పల్లె మేల్కొన్న వేళ!

కోళ్ల కూతలు, కోయిల కూజితాలు, ఎద్దుల గంటలు, లేమావి చివురుల వాసనలు, పేడకళ్ళతో అలికిన వాకిళ్ళు, ఏ చిత్ర కారుడి కుంచెనుంచో జారి పడ్డాయేమో అన్నంత అందంగా తీర్చి దిద్దబడ్డ రంగవల్లులు ప్రతీ గుమ్మం ముందు శోభను సంతరించుకున్నాయి.

నాయనమ్మ తలుపు తట్టి అంది,

"లేవండి మహానగర వీరులారా... ఇవాళ గడియారం కాదు, గాలే టైం చెబుతుంది."

"నాయనమ్మా...అప్పుడేనా?" మూలుగుతున్నారు పిల్లలు.

"ఉగాది రోజు 'ఇప్పుడే' అనే మాట ఉండదు రండి ... 'ఇప్పుడే సరిపోతుంది' అనే భావమే ఉంటుంది" అంది.

నిద్ర లేవగానే అలవాటుగా చెయ్యి ఫోన్ ను తడిమింది."ఆఁహాఁ ఈ రోజు ఫోన్ ముట్టేది లేదు " అంటూ ఆవిడ చెయ్యి మీద ఒక్క చరుపు చరిచింది. నాలిక కరుచుకుంటూ నిద్ర లేచింది స్నేహ, ఆమెతో బాటు మిగతావారూ!

"చైత్రారంభమే ఉగాది,

అదే మన ఆశలకు గొప్ప పునాది "

"ఆఁహాఁ ఎంత బాగా చెప్పారు అత్తయ్య గారూ, ఈ కోట్ నేను ఇన్స్టాలో పోస్ట్

చేసేస్తా" ఇకిలిస్తూ అంది లత.

"ఈ రోజు ఫోన్ ముట్టుకునేది లేదు " తీక్షణంగా అంది.

"సాంబడు అందరినీ గమనిస్తుంటాడు" హెచ్చరించింది.

"ఓ ఇదొకటుందా" అంది అక్కడే ఉన్న ప్రవీణ. ఇంతలో సాంబడు ఒక పెద్ద బుట్ట తీసుకొని వచ్చాడు, " ఏంటిది" అడిగారందరూ. " పెద్దమ్మ ఆర్డర్, మీ ఫోన్లు, మీ ఆఫీసు డిబ్బీలు ఇందులో పెట్టండి" అన్నాడు. ఆపీసు డిబ్బీలు ఏంట్రా.." అన్నాడు సత్యం." లాప్టాప్స్ అనుకుంటా డాడ్ " సమాధానం ఇచ్చాడు కిరణ్. అందరూ నవ్వుతుంటే బుర్రగొక్కుంటూ,

అందరి దగ్గర ఉన్న లాప్టాప్ లు, ఫోన్లు చార్జర్లు అందులో పెట్టాక, అది తీసుకెళ్లి భాగీరథి దేవి రూమ్ లో పెట్టి వచ్చేసాడు.

"గోవిందా... గోవింద"అన్నాడు నాటకీయంగా ప్రద్యుమ్న. మంచి పని జరిగింది అన్నట్టు వ్రేలి తో చూపిస్తూ, తమ్ముడిని చూసి నవ్వింది ప్రవీణ.

"ఇవాళ అందరి ఫోన్లకు ఉపవాసం! మనకు పండగ భోజనం " అన్నాడు అప్పుడే అక్కడికి వచ్చిన ఆవిడ చిన్న కొడుకు ప్రసాద్. "ఎస్! బాబాయ్ " అన్నారు ఇద్దరూ.

"అబ్బాయిలు...! మీరంతా సాంబడితో పాటు తోటకెళ్ళి మావిడాకులు, వేప ఆకు, పూత, మామిడి కాయలు తీసుకొని రండి" ఆదేశించారు ఆవిడ.

"బ్రష్ చేసుకుని వస్తాను" అన్న మనోజ్ తో "అక్కడే వేపపుల్ల ఇస్తాను పంపుసెట్టు కాడ తానాలు కూడా సేసేద్దురు బాగుంటది అయ్యగార్లు" అంటూ తీసుకెళ్ళిపోయాడు సాంబడు అందర్నీ. నలుగు, నువ్వుల నూనె తీసుకుని వెళ్ళాడు.

మామిడి కాయలు కొయ్యడానికి చెట్టు ఎక్కారు మనోజ్,ప్రద్యుమ్న. వేప కొమ్మలు తెంపసాగాడు కిరణ్, మిగతావారు ఆ ప్రశాంతమైన వాతావరణంలో చక్కని గాలి పీలుస్తూ వేప పుల్ల తీసుకొని దంత ధావనం మొదలుపెట్టారు.

ఇంతలో "ఓ మైగాడ్ " అంటూ అరుపు వినబడడం, చెట్టుపై నుంచి ప్రద్యుమ్న

జారి కింద పడడం ఒకేసారి జరిగాయి.

అందరికీ నవ్వొచ్చింది. కానీ పరిగెత్తుకు వెళ్లి చూశారు. చేతులు, కాళ్లు గీరుకు పోయాయి. అంతే ఇంకేం కాలేదు.

సాంబడు గబగబా పరిగెత్తుకుంటూ వచ్చి పక్కనే ఒక చిన్న చెట్టులోని ఆకులు తెంపి రుద్ది ఆ గాయాల మీద రాశాడు, ఏంటిది అడిగాడు మనోజ్. " ఇది వావిలాకు బాబు ఎలాంటి నొప్పినైనా లాగి పడేస్తుంది, ఏమీ కాదు" చెప్పాడు సాంబడు.

ఆ చల్లని నీరెండలో,అందరూ నువ్వుల నూనె రాసుకుని పంపు సెట్టు కింద ఒకరి పైన ఒకరు నీళ్లు చల్లుకుంటూ తలారస్నానాలు చేశారు. ఒంటితో పాటు ఎందుకో.. అందరికీ మనస్సు కూడా తడిసినట్టు ప్రశాంతంగా అనిపించింది.

***

పనిమనిషి మైసమ్మ తో పాటుగా ఆడపిల్లలందరూ కూడా వాకిట్లో ముగ్గులు పెడుతున్నారు. యూట్యూబ్ ఆన్ చేసుకుని చక్కని డిజైన్స్ పరిచేసారు. " మా చుక్కల ముగ్గు కన్నా మీ డిజైన్స్ చాలా బాగున్నాయి అమ్మ" మురిసిపోతూ అంది మైసమ్మ.

"చూశారా మీకు అన్నీ ఎంత బాగా వచ్చో! మీకు వచ్చు అన్న సంగతి కూడా మీరు మర్చిపోయారే అమ్మాయిలు" అంది భాగిరథి దేవి.

"అబ్బా ఇప్పుడు ముగ్గుతో...ఒక సెల్ఫీ దిగితే బాగుండేది" లోపల అనిపించినా నోరు మూసుకున్నారు అందరూ!

వద్దని గోల చేసినా వినకుండా అందరికీ ఆవిడ నూనె రాసి, కుంకుడు కాయల రసంతో స్నానం చేయించింది. ఓ జిగురులాంటి రసం చివరిలో తలపైన వేసింది కండీషనర్ అని, దాని మృదుత్వానికి మురిసిపోయారు ఆడవాళ్లంతా!

ఎలా చేశారు ఆ కండిషనర్, తమకు చెప్పమని బతిమాలిన వాళ్లందరికీ "ఉగాది పచ్చడి తాగిన తర్వాత చెప్తా" అన్నారు ఆవిడ.

***

వంటింట్లో ఉగాది పచ్చడి సిద్ధమైంది.

నాయనమ్మ ఒక్కొక్కరికి చెంచాతో పెట్టసాగింది.

అభిలాష్ నోరు చిట్లించి,"నాయనమ్మా... చేదు ఎక్కువగా ఉంది!" అన్నాడు.

"అదే రా... జీవితంలో చేదు రాకపోతే తీపి విలువ తెలియదు" అంది.

ప్రవీణ మెల్లగా అంది,

"తీపి, పులుపు, కారం... అన్నీ కలిసే ఉంది."

"అవే తల్లీ... ఏడాది రోజులు. ఒక్క రుచే ఉంటే జీవితం బోర్ కొడుతుంది" అంది నాయనమ్మ.

బొప్పట్లు,మామిడికాయ పులిహోర, పూర్ణం బూరెలు, పాయసం, ఉగాది పచ్చడి రకరకాల పిండి వంటలతో అరిటాకుల్లో అందరూ కడుపునిండా మృష్టాన్న భోజనం చేశారు. ఒకరితో ఒకరు మాట్లాడుతూ పూర్తిగా భోజనాన్ని ఆస్వాదించారు.

ఆ క్షణంలో ఎవరికీ ఫోన్ గుర్తుకురాలేదు.

ఫోన్ చూపెట్టకుండా డాలి కూడా అన్నం తినేసింది. అదొక ప్రపంచ వింతల్లో ఒకటిగా అనిపించింది ప్రవీణకి. ఎందుకో ఆ అమ్మాయి తల్లి మనసు ఎక్కడో ,ఏదో వెతుక్కోసాగింది.

***

ఆ ఊరిలో వీళ్ళ కుటుంబ పెద్దలు కట్టించిన కోదండ రామాలయంలో పంచాంగ శ్రవణానికి వెళ్లారు కుటుంబం అంతా కలిసి.

సత్యం - ప్రసాద్ వాళ్ళ నాన్నగారి పట్టు పంచెలు కట్టుకున్నారు. పిల్లలు కూడా సరదా పడితే వాళ్లకి కూడా పంచెలు కట్టారు. ఆడపిల్లలు చాలా రోజుల తర్వాత జడ వేసుకొని పువ్వులు పెట్టుకున్నారు.

ఇప్పుడు ఎందుకో వాళ్లకి వెంటనే సెల్ఫీ దిగి స్టేటస్ లో అప్లోడ్ చేసుకోవాలని అనిపించలేదు. కొద్దిగా మరిచి పోయినట్టున్నారు.

పంచాంగ శ్రవణం మొదలైంది.

సత్యం అన్నాడు, "అమ్మా... మేము నగరాల్లో ఎప్పుడూ ఏదో ఒకటి వింటూనే ఉంటాం. కానీ ఇలా మనసుతో వినడం మరిచిపోయాం."

"అందుకే రా... పంచాంగం భవిష్యత్తు చెప్పడానికి కాదు. మన వేగాన్ని ఆపడానికి." అంది.

కోడలు కన్నులు మూసుకుని వింటూ,

"ఇది వింటుంటే మనసుకు నెమ్మదిగా ఉంది" అంది.

రాత్రి భోజనాలయ్యాక అందరూ మేడ పైన కూర్చున్నారు.

"నిజంగా పంచాంగం, ఇవన్నీ నిజమేనా. వీళ్లు చెప్పినవే జరుగుతాయా? రాశి చక్రాలు ఉన్నాయా ? ఏమంటావు నాన్నమ్మ నీవు కూడా" అడిగింది ప్రవీణ నాన్నమ్మ ఒడిలో పడుకుని.

ఆ అమ్మాయి తల నిమురుతూ చెప్పడం మొదలు పెట్టింది భాగీరథీదేవి.

"రాశి ఫలాలు అనగానే చాలా మందికి ఇంకా కూడా అంధవిశ్వాసం అనే ముద్రే ముందుగా గుర్తుకొస్తుంది. కానీ అవి మనిషి ఆలోచన విధానం, స్పందించే తీరు, భావోద్వేగాల ప్రవాహం ఎలా ఉంటుందో అర్థం చేసుకునే ఒక మానసిక దర్పణం. ప్రతి మనిషి ఒకేలా ఆలోచించడు, ఒకే పరిస్థితికి ఒకేలా స్పందించడు; ఈ వ్యక్తిత్వ భిన్నత్వాన్నే రాశి వ్యవస్థ వేల ఏళ్ల క్రితమే గమనించి వర్గీకరించింది. ఈ రోజుల్లో కార్పొరేట్ ప్రపంచం నమ్మే పర్సనాలిటీ అనాలిసిస్, బిహేవియర్ స్టడీస్, ఎమోషనల్ ఇంటెలిజెన్స్ అన్నవి చేస్తున్న పని కూడా ఇదే. రాశి ఫలాలు చదివినప్పుడు మనకు కలిగే "ఇది నాకే సరిపోతుంది కదా" అనే అనుభూతి, మన లోపాలను గమనించడానికి, బలాలను గుర్తించడానికి దోహదపడుతుంది. నిరాశలో ఉన్న మనసుకు కొంత ఆశను నింపడం, ఆవేశంలో ఉన్నప్పుడు కాస్త నెమ్మదించమని చెప్పడం, జీవితంలో ప్రతి దశకు ఒక కాలం ఉంటుందని గుర్తుచేయడం, వీటి అసలు

ప్రాముఖ్యత. ఇవి శాస్త్రీయంగా కొలిచే ఫార్ములాలు కాకపోయినా, మనసును సరిచేసే సూచనలుగా ఉపయోగపడతాయి. అందుకే రాశి ఫలాలను గుడ్డిగా నమ్మాల్సిన విధిగా కాకుండా, మనల్ని మనం అర్థం చేసుకునే ఒక సాధనంగా చూస్తే, సంప్రదాయాన్ని కూడా గౌరవించినట్టే అవుతుంది, ఆధునిక ఆలోచనలకు కూడా విరుద్ధంగా ఉండదు."

అందరూ ఆశ్చర్యానికి లోనై క్లాప్స్ కొట్టారు.

" ఏమనుకున్నారోయ్ కుర్ర కుంకల్లారా...! మా అమ్మ అప్పట్లోనే బిఏ తెలుసా" అన్నాడు సత్యం గర్వంగా!

"అదేంటి నాన్నా...!ఇంత వండర్ఫుల్ నాన్నమ్మతో కాకుండా, మమ్మల్ని దూరంగా అలా కాంక్రీట్ జంగల్ లో పెట్టారు." అన్నాడు అభిలాష్.

" తప్పు, అలా తల్లిదండ్రులను నిందించకూడదు. ప్రతి తల్లిదండ్రులకు వాళ్ళ పిల్లల భవిష్యత్తు తమ జీవితాలకన్నా గొప్పగా ఉండాలని ఆలోచిస్తారు. నేను వాడిని ముంబై పంపాను, వాడు నిన్ను అమెరికా పంపాడు." అన్నారు ఆవిడ.

ఇంకా ఇలా అన్నారు "చూడండి పిల్లలూ...పని చాలా ముఖ్యం. నగరాలు కూడా చాలా అవసరం. కానీ పండగలు లేకపోతే పని యంత్రంలా మారుతుంది.

పల్లెలు లేకపోతే నగరాలకు మూలాలు ఉండవు. మీ ఆరోగ్యం కోసం 'ఆటో ఫ్యాగి' అంటూ ఉపవాసాలు చేస్తారటగా.. అలా కనీసం నెలకి ఒకసారి యంత్రాల ఉపవాసం చేయండి. మీతో మీరు జీవించండి. మిమ్మల్ని మీరు అన్వేషించుకోండి. పల్లెలకు వస్తూ ఉండండి. పండగలు అంటే వండుకొని తినడం, సెల్ఫీలు పెట్టడం కాదు. మన సంస్కృతి, సంప్రదాయాలను పునరావలోకనం చేసుకోవడం. ఇదే నేను మీకు చెప్పాలనుకున్నది. నా మాట విని ఈ రోజు అందరూ మీ మీ యంత్రాలకు ఉపవాసాన్ని ఇచ్చినందుకు, నాకు గొప్ప బహుమతిగా భావిస్తున్నాను. మీ అందరికీ బోలెడు థాంక్స్" అన్నారావిడ.

అందరూ పసి పిల్లల్లా ఆమె చుట్టూ చేరి, ఆమె పరిష్వంగపు మాతృత్వపు మధురిమను ఆస్వాదించసాగారు.

"అందరూ చెప్పే మాట సంప్రదాయాలను కాపాడుకుంటూ ముందుకు నడవాలి. పండగలను జరుపుకుంటూ పనిని గౌరవించాలి." అన్నారు.

"నానమ్మ ఇంతకీ నేచురల్ కండిషనర్ ఎలా తయారు చేశావో చెప్పలేదు" అడిగింది స్నేహ గుర్తుపెట్టుకొని.

"అదేం లేదమ్మా! చక్కగా అవిస గింజలు నానబెట్టి రుబ్బాలి. అందులోని మెత్త జిగురు పదార్థమే సహజసిద్ధంగా వాడే కండిషనర్" చెప్పింది ఆవిడ.

***

అందరూ తిరుగు ప్రయాణమవుతున్న వేళ ఆవిడ పచ్చళ్ళు, జున్ను మొదలగునవి పనివాళ్ల చేత కట్టించి, ఇచ్చారు.

కవయిత్రి పెద్ద కోడలు ఇలా అంది.

"తోరణాలు గాలికి ఊగుతున్నాయి.

పచ్చడి రుచి మనసులో నిలిచింది.

ఫోన్లు తాళం వేసిన గదిలోనే ఉన్నా..

మనసులు మాత్రం పూర్తిగా తెరుచుకున్నాయి., అత్తయ్యా.. నిజం చైత్రారంభమే ఉగాది, అదే మన ఆశలకు కొత్త పునాది "

"నిన్న ప్రాణానికి హాయిగా ఉండే... ఈవిడ సెల్ఫీలు కవితలు లేకుండా! మళ్లీ మొదలైంది బాబోయ్. " తలపై చేయి వేసుకొని సరదాగా అన్నాడు సత్యం.

అందరూ ఘొల్లున నవ్వారు.

"కవిత్వం రాయడం కూడా ఒక కళ. అదొక సృజనాత్మకత. ఎందుకురా అలా నవ్వుతారు, తనను ప్రోత్సహించాలి. " కోడల్ని వెనకేసుకొని వచ్చింది భాగీరథి దేవి.

" అమ్మా...! మామీద కోపంగా ఉందా? " అన్నాడు పెద్ద కొడుకు సత్యం.

" లేదురా 'పాపం పసివాళ్లు' అని జాలేస్తోంది" అంది భాగీరథీదేవి

ఇంకా అంది " ఒరేయ్ సత్యం! నువ్వు పెద్ద వాడివి పిల్లలందరూ ఎదిగిపోయారు ... నెమరేసుకోడానికి ఓ నాలుగు జ్ఞాపకాలన్నా పోగేసుకోండి.

ఒక రోజు ఈ ట్యాబ్‌లు, ల్యాప్‌టాప్‌లు, స్క్రీన్‌లు బోసిపోయినప్పుడు, వాళ్ల మనసు ఈ పల్లె గాలిలోని మనసుల వాసనను వెతుకుతాయి.

ఆ రోజుకు నేను ఉండనేమో..మనుష్యులకన్నా జ్ఞాపకాలు ఆశ్రయం ఇస్తాయి కాపాడుకో!" అంది.

తల్లి చేతిలో చేయి వేశాడు సత్యం. మాట ఇస్తున్నాను అన్నట్టుగా. అందరూ భాగీరథి దేవికి వీడ్కోలు చెప్పి తిరుగు ప్రయాణమయ్యారు.

"పండగనాడు బోలెడు మధురానుభూతులను నింపుకొని బయలుదేరుతున్నాం. బాయ్.. నాన్నమ్మ" చెప్పారు పిల్లలు.

నీలి మేఘాలు తొలిగాయ్

ఆత్రేయపురపు ప్రతాప రావు
హైదరాబాద్
Ph:9849991292

అది చైత్ర మాసంలో, సూర్యుడు అరుణోదయ కాంతులీనుతూ తూర్పున ఉదయిస్తున్న ఒకనాటి మనోజ్ఞ దృశ్యం. ఎంతో చూడ ముచ్చటగా ఉంది. ఇంటి పెరట్లో ఉన్న మామిడి చెట్టు ఆకుల మధ్య నుంచి సూర్యభగవానుని కిరణాలు, అప్పుడే పూజ పూర్తి చేసి, పూజలో మిగిలిన నీటిని తులసి మొక్కలో పోస్తూ ఉన్న ఆ ఇంటి యజమాని ముఖం మీద దోబూచులాడే ఆ సన్నివేశం కూడా ఎంతో ఆహ్లాదంగా ఉంది.

కానీ ఆ యాజమాని రఘు ముఖం మాత్రం కాంతిని కోల్పోయి వివర్ణముగా ఉంది. కారణం, తాత ముత్తాతల నుంచి వచ్చిన ఆ ఇల్లు అమ్మేద్దాం అని నిర్ణయించుకున్నప్పటి నుంచి అతని మనసు మనసులో లేదు. ప్రస్తుతం అతని ఆదాయం ఉద్యోగ విరమణ తాలూకు పెన్షన్ మాత్రమే. ఆలస్యం గా పెళ్ళి, తద్వారా కలిగిన సంతానం, చదువులు పూర్తి కాలేదు. పెద్ద వాడు బి. టెక్లో వాడికి నచ్చిన కోర్సులో చేరడానికి 5 లక్షలు ఫీజు, రెండవ వాడు ఇంటర్ మంచి కాలేజీలో చేరడానికి 2 లక్షలు కట్టాలి.

ఈ మధ్యనే తన తల్లికి క్యాన్సర్ అని తెలిసింది. ఆవిడ నేను పెద్దదాన్ని అయినాను. ఎంత వైద్యం చేసినా మరొక ఏడాదో లేక రెండో. ఈ మాత్రం దానికి లక్షలు ఖర్చుపెట్టి నాకు వైద్యం ఎందుకు నాయనా అంటుంది. కానీ అలా

వదిలేయడానికి తన మనసు ఒప్పుకోవడం లేదు. వీటన్నింటికి ఇల్లు అమ్మడం తప్ప వేరేమీ గత్యంతరం లేదు. అందుకే ఈ రోజు బజానా ఇచ్చి అమ్మకం ఖాయపరుచుకొనే నిమిత్తం రమ్మని పిలిచాడు. ఆ కొనుగోలుదారు వచ్చే రోజు ఇది.

అందుకే రఘు ముఖం కాంతిని కోల్పోయి ఉంది. సాక్షి సంతకానికి తన చిన్న నాటి స్నేహితుడు గోపాల్ ని రమ్మన్నాడు. అతడూ తనలాంటి వాడే. నాకు ఇల్లన్నా ఉంది. వాడికి అదీ లేదు. ఇద్దరూ పింఛను ఆధారిత జీవులే. వాడికొకే ఒక్క కూతురు తనకి ఇద్దరు మగ పిల్లలు. తన తల్లికి నేపాల్ లోని ముక్తిధామ్ ని, పశుపతినాథ్ దేవాలయాన్ని చూడాలని కోరిక. ఈ క్యాన్సర్ కారణంగా ఆమె మంచం పట్ట కుండానే చూపించాలని ఆమె చిరకాల కోరిక తీర్చాలని రఘు తాపత్రయం. అందుకే తన కుటుంబానికి, తను కూడా వస్తానన్న స్నేహితుడు గోపాల్ కుటుంబానికి గోరఖ్ పూర్ ఎక్స్ప్రెస్ లో టికెట్ బుక్ చేశాడు. ఈరోజు ఇంటికి అడ్వాన్స్ తీసుకుని పెద్ద అబ్బాయి ఫీజు కట్టి, తల్లికి వైద్యం తేదీ ఖరారు చేసి కొని, వారంలోగా అద్దెఇంటికి మారి ఇల్లు అప్పచెప్పి నేపాల్ వెళ్ళి వద్దామని ప్లాను.

ఈ ఆలోచనలు తనని చుట్టుముట్టి ఉండగానే లోపలి నుంచి కబురువచ్చింది గోపాల్ మరియు కొనుగోలుదారు వచ్చి ఉన్నారని. కొనుగోలు దారు అనుకొన్న ప్రకారం ఇంటి విలువలో 10 శాతం ఆరు లక్షలు పట్టుకొచ్చి రఘు చేతిలో పెట్టి బజానా అగ్రిమెంట్ పత్రాలు సంతకానికై ముందుకు జరిపాడు. యథాలాపంగా అవి గోపాల్ చేతికిచ్చాడు రఘు. రెండు నిమిషాలు అవి చదివిన గోపాల్, రఘు వైపు తిరిగి, ఇంకా నీకు కిరాయికి ఇల్లు దొరకలేదు. పిల్లలు అందరికీ ఫీజులు కట్టే పనులున్నాయి. అమ్మని డాక్టర్ కి చూపించాలి. ఇన్ని పనుల్లో ఇంటి రిజిస్ట్రేషన్ కూడా ఎక్కడ చేయించగలవు.

రిజిస్ట్రేషన్ కి ఒక నెల టైమ్ తీసుకో. మనం నేపాల్ వెళ్ళి వచ్చిన వెంటనే పెట్టుకొంటే బాగుంటుందన్నాడు గోపాల్. రఘు వెంటనే కొనుగోలు దారు ముఖం

కోపంగా ఉందేమో అని అతడి కేసి చూశాడు. అతని ముఖం మామూలుగానే ఉంది. పైపెచ్చు పరవాలేదండి, అలాగే కానీద్దాం, నాలుగు రోజులులో ఏమయిపోతుంది. మీరు త్వరలో ఇల్లు చూసుకొని నాకు తెలియ పరచండి ఆరోజే రిజిస్ట్రేషన్ పెట్టుకొందాము అన్నాడాయన. డబ్బు ముట్టినట్టు రశీదు తీసుకుని వెళ్లి పోయాడు.

గోపాల్ కూడా వెళ్ళడానికి లేచాడు. అదేమిటి రా అలా అనేశావు ఆయన ఏమయినా అనుకుంటే మన పరిస్థితి ఏంటి అన్నాడు రఘు.

ఏమోరా. నోటమ్మట అలా వచ్చేసింది, తప్పయితే క్షమించరా.

పోరా. నీకూ నాకూ మధ్య క్షమాపణలు ఏమిటి?

మన ప్రయాణం రేపు శుక్రవారమే. రెడీ అయి తిన్నగా స్టేషన్ కి వచ్చేయ్. అలాగే అని తలూపుతూ వెళ్ళి పోయాడు గోపాల్.

మరునాడే పెద్ద కుమారుడు బి టెక్ లో జాయిన్ అయ్యాడు. తల్లిని డాక్టర్ కి చూపించి, నేపాల్ నుంచి రాగానే తల్లి వైద్యం కోసం తారీఖు నిర్ణయం చేసుకొని వచ్చాడు.

ప్రయాణపు రోజు రానే వచ్చింది. రఘు - గోపాల్ కుటుంబాలు రెండు శుక్రవారం సికింద్రాబాద్ రైల్వే స్టేషన్ చేరుకున్నాయి. ప్లాట్ ఫాం మీద గోరఖ్ పూర్ ఎక్స్ప్రెస్ అయితే ఉందికానీ, విపరీతమైన రద్దీగా ఉంది. నలుగురుకి మాత్రమే ఏ సీ కోచ్ లో కన్ఫర్మ్డు టికెట్ ఉండి మిగతా వారికి స్లీపర్ లో టిక్కెట్లు ఉండడంతో ఆడవారిని నలుగురిని ఏసి కోచ్ లో కూర్చో బెట్టి టీటీ కి చెప్పాడు మాకు కూడా ఖాళీ రాగానే చెపితే మేము కూడా ఇక్కడకి మారిపోతాం అని చెప్పి, మగవాళ్ళందరూ స్లీపర్ కోచ్ వైపు నడిచారు. అక్కడ జనం అంతా కిక్కిరిసి పోయి గందరగోళం నెలకొంది. లోపలికి వెళ్లడానికి దారే ఇవ్వట్లేదు. ఎంతో ప్రయత్నం చేసిన తరవాత కూడా వారికి ప్రవేశం దొరక్కపోవడంతో ఆ కోచ్ కి ఎదురుగా నిలబడి ఉన్న టి టి కి విషయం తెలిపి లోపలికి వెళ్ళేందుకు సాయం చేయగలరా అని అడిగితే, ఈ కోచ్ లో ఎక్కాల్సిన

టీటీ నేనే. నేనే ఏమీ చేయలేక ఇక్కడే ఉండి పోతున్నాను. ఇంక మీకు నేను ఏమి సాయం చేయగలను. మీకు వీలైతే వారిని బ్రతిమాలి చోటు చేసుకోండి. లేకపోతే మీరు వెళ్ళి మీ వాళ్ళ ప్రక్కనే కూర్చోండి. టీ టీ అడిగితే మీ చోటు మీకు ఇప్పిస్తే వెళ్ళి పోతాం అని చెప్పండి అన్నాడు. మేము సరే అని ఆ కోచ్ ఎక్కగానే ఆయన గుర్తుపట్టి ఎక్కద్దు, ఇప్పటికే సీటింగ్ మించి ఉన్నారు. మీ ఫోన్ నంబర్ ఇవ్వండి ఖాళీ అయినప్పుడల్లా చెపుతాను ఒక్కొక్కరుగా రండి అని పంపేశాడు. చేసేది లేక తిరిగి వచ్చి తలుపు దగ్గరే నిలబడిన వారికి మా రిజర్వేషన్ టికెట్ చూపించి లోపలికి వెళ్ళనివ్వమని బ్రతిమాలితే దారి ఇచ్చారు కానీ సీటు దగ్గరకు వెళ్ళి చూస్తే ఒక్కొక్క సీటులో 6 మంది కూర్చుని ఉన్నారు. పైబెర్త్ లు మీద కాళ్ళ క్రింద ఆఖరికి వాష్ రూం నిండా ఖాళీ పెయింట్ డబ్బాలు, బియ్యపు బస్తాలు. ఇంకా విచిత్రం కిటికీలకి సైకిళ్ళు తాళ్ళేసి కట్టేశారు గాలి కూడా సరిగా ఆడకుండా. బాబూ ఇది మా సీటు కొంచెం లేస్తారా అంటే ,మీ సీటా కహా లిఖా హై దిఖావ్ అన్నాడు. బ్రతి మాలగా బ్రతి మాలగా ఆ సీట్లో ఒకరికి ఈ సీట్లో ఒకరికి ఒక సైడు ఆనడానికి చోటిచ్చారు. పిల్లలు నుంచుని ఉన్నారు. ఎంతసేపు అలా నుంచోవాలో తెలుసు కుందామని అక్కడున్న వారిని బాబూ మీరే వూరు వెడతారు అంటే అందరూ గోరఖ్పూర్ వెళ్తామన్నారు. మనసు ఉసూరు మంది. ఇంత రద్దీగా ఉందేమిటి అని అడిగితే తెలుగు వచ్చిన ఒకతను చెప్పాడు. మేమంతా గోరఖ్ పూర్ వాస్తవ్యులం. మా దేశంలో తినడానికి తిండి, చేసుకోవడానికి పని లేక ఈ హైదరాబాద్ కి వలస వచ్చాం. మా వృత్తి భవనాలకు పెయింటింగ్ చేయడం. ఇక్కడ ఇద్దరు ముగ్గురు పెద్ద కాంట్రాక్టర్లు మాకు ఉద్యోగాలు ఇస్తాం రమ్మని అంటే వచ్చాం. నెలకోసారి ఇంటికి వెళ్లి అక్కడ పెళ్ళాం బిడ్డలని చూసి జీతం వారి చేతిలో పెట్టి తిరిగి వచ్చి పనిలో పడతాం. మా ఇంటావిడ కుటుంబం జాగ్రత్తగా నడిపిస్తూ పిల్లలని చదివించుకొంటూ ఉంటుంది.

అదేమిటి అక్కడుద్యోగాలు లేవా? ఇక్కడే ఎందుకు. మీ వల్ల మాకు రావలసిన కార్మిక ఉద్యోగాలు పోతున్నాయి కదా. అక్కడ బాగా చదువుకున్న వారికే ఉద్యోగాలు లేవు.ఇక మాకే మిస్తారు. ఇక్కడ వారు రోజు కూలీ రూ.1500 కి తక్కువకి రారు. వారికి తగినంత పొలం ఆదాయం ఉండడంతో తక్కువకు రారు.

మాకు రోజుకి 800/- ఇస్తారు.

అదీ దొరక్క మేము వస్తాం.

మరి కోచ్ నిండా ఆ ఖాళీ డబ్బాలు, బియ్యం బస్తాలు ఏమిటి?

మీరు బయట పడేసేవి మా ఇళ్ళల్లో వాడుకోడానికి, పోతే కొన్ని అమ్ముకుని సొమ్ము చేసుకునేందుకు మా కాంట్రాక్టర్ నడిగి వెళ్ళినప్పుడల్లా పట్టుకుపోతాం. ఇంక బియ్యం ఇక్కడ బాగా చవకగా దొరుకుతాయి అన్నాడు అతను.

మరి ఆ సైకిళ్ళు ఏంటి అలా కట్టేశారు గాలి కూడా ఆడకుండా.

ప్రతిసారీ ఆటోఖర్చులు రైలు పార్సిల్ బుకింగ్ ఖర్చు భరించలేక అలా చేయడం.

నిజమే పాపం అని ఆలో చిస్తూ ఉండిపోయాడు రఘు.

***

వీరు ఎంత అవసరం ఉన్నా మరొకరి సీటులో కూర్చునే హక్కు వీళ్ళకి ఎవరిచ్చారు. వీరు ఇంత సంస్కార రహితంగా ఎలా ఉంటారు. విదేశీయులు ఇలాంటి వాటిని చూసే మొత్తం భారతదేశం అంతా సంస్కార రహితంగానే ఉంటారనేస్తారు. వీళ్ళ మూలంగా దక్షిణ భారత దేశంలోని జనాభాని కూడా అదే గాటకి కట్టేస్తున్నారు. చాలా శోచనీయం అనుకున్నాడు. ఆలోచనలు వెల్లువలా వస్తూనే ఉన్నాయి. బండి కాజీపేట జంక్షన్ లో ఆగింది. తిరిగి బయలుదేర పోతుంటే ఒక ఆర్తనాదం. అరే హమారే హస్బెండ్ అందర్ హై. హమ్ అందర్ చఢ్నాహై. గాడీ రోకో. బండి మెల్లగా కదులుతోంది. గుమ్మం లో ఉన్న కుర్రాళ్ళిద్దరు చెక్ మని బండి దూకి ఒకరు ఆ

ఆడామెను చాకచక్యంగా ట్రైన్ లో కి నెట్టితే మరొకరు ఆమె చేతుల్లోని బిడ్డని ఒడుపుగా లాక్కుని బండెక్కేశాడు. ఇదంతా క్షణాల్లో జరిగి పోయింది. ఆ ఆడామె చాలా సంతోషించింది. ఆ చర్య నాకూ ఆనందాన్ని కలుగ చేసింది.

బలార్షా చేరేసరికి ఒక సీటు ఖాళీ అయింది, రమ్మని కబురు చేస్తే అందరూ నన్నే వెళ్ళమంటే నేను ఏ సి కోచ్ లోకి వెళ్ళాను. నా సీటు కి ఎదురు సీట్లో పద్మముఖియై, కురులు కృష్ణ సౌరభమై, రాజహంస సోయగంతో విద్యుల్లతా విగ్రహమే అయి, మీనాక్షి యై ఒక ప్రౌఢ తారసపడింది. ఆమె వాక్కు సుమధురమై ఆమె పలువరుస ముత్యాల సరమై నా కను తిప్పనీయని సౌకుమార్యంతో సాక్షాత్కరించింది. తోటి వాళ్ళు స్టేషన్ కి ఒకరు చొప్పున అందరు ఏసీ బోగీలోకి వచ్చి వారివద్దకు రమ్మన్నారు కానీ రఘుకి ఆ సీటు వదలాలని లేదు. అందువల్ల తర్వాత వస్తానని చెప్పమన్నాడు.

మీ వాళ్ళు పిలుస్తున్నట్టున్నారు వెళ్ళరే. ముత్యాలు జాలువారినాయి.

ఇంతటి అదృష్టాన్ని చేజార్చుకోవడం ఇష్టంలేక.

ఏమా అదృష్టం.

మీ దర్శన సౌభాగ్యం.

భార్యా బిడ్డలున్నట్టున్నారు. జుట్టు రజత శిఖరమౌతోంది.

సౌందర్య పిపాస తప్పు

కాదు. భగవత్ సృష్టిని కొనియాడటమే.

సౌందర్య పిపాసయే కాని లాలస లేదంటారు. చిరు స్మిత వదనంతో.

తెలుగు లెక్చరరా

కాదు. హోమియోపతీ వైద్య శస్త్ర చికిత్సా నిపుణురాలను. సంభాషణ గంటల తరబడి సాగింది.

మిమ్మల్ని కలిసిన నా అదృష్టమే అదృష్టం అని అంటున్నాడు, బండి ఆగింది.

కిటికీలో నుండి బయటకు చూస్తూ ఉంటే ఒక కుర్రాడు కంగారుగా రైలు పట్టాలు దాటుతున్నాడు. వీడు మన పెద్దాడిలా ఉన్నాడే అన్నాడు రఘు, అప్పుడే తన వైపు వచ్చిన భార్యతో. అవును నేను పేపర్ ప్లేట్లు తెమ్మని పంపాను అంది ఆవిడ. ఇంతలో ఆ కుర్రాడి నడినెత్తిన వాటర్ పైపు కొట్టుకొని అబ్బా అనడం చూశాడు రఘు.

చంపావు వాడిని అనుకుంటూ పరిగెత్తాడు రఘు. అతడిని చూసి గోపాల్ మిగతా పిల్లలంతా పరిగెట్టారు. ఏమిటి ఈ పెద్దాయన అరుచుకుంటూ రైలు దిగుతున్నారు విషయమేమిటని చూడడానికి బయటకు వచ్చింది Dr. నీలిమ.

రఘు పట్టాలు దిగే ప్రయత్నం చేస్తున్నారు. ఈ లోగా అప్పటికే జరిగింది చూసిన ఇద్దరు కుర్రాళ్ళు సార్ మీరు దిగకండి, మేము తీసుకుని వస్తాం అని ప్లాట్ ఫామ్ దూకేశారు. ఆ దెబ్బతిన్న కుర్రాడిని భుజాలమీద వేసుకొని తీసుకొచ్చేశారు. ఆ కుర్రాడి బట్టలన్నీ రక్తం తో తడిసి ఉండటం చూసి ,డాక్టర్ నీలిమ రమేష్ అతడికి కుట్లు వెయ్యాలి ఒక అరగంట గార్డుకి విషయం చెప్పి బండి ఆపమను అని అరిచి తన దగ్గర ఉన్న హాండ్ టవల్ తడిపి ఆ కుర్రాడి నెత్తిన గట్టిగా నొక్కిపెట్టి హిందీలో అతడిని బయటకు తీసుకు పదండర్రా అంటూ వాళ్ళతో పరిగెట్టింది.

రఘు, గోపాల్ కుటుంబాలు ఏం చేయాలో తెలియక ర్రమాన్పడి పోయారు. ఆ పిల్ల వాడి తమ్ముడు మాత్రం వాళ్ళతో పరిగెట్టాడు. ఒక అరగంట కి తలకి కట్టుతో పిల్లవాణ్ణి తీసుకుని వచ్చారు.

అందరూ దిగిపొండర్రా. తిరిగి ఇంటికి వెళ్ళిపోదాం అని రఘు అనగానే నీలిమ ముందు కొచ్చి ప్రయాణం ఏమీ మానక్కరలేదు. ఖాట్మండు లో దిగిన రోజు, ఈ ఫోన్ నం.98494 88001 కి కాల్ చేసి నా పేరు చెప్పండి. కట్టు మార్చి పంపిస్తారు. బండెక్కండి. లేటయ్యింది అంది డాక్టరు నీలిమ. రమేష్ గార్డ్ కి థాంక్స్ చెప్పిరారా. మనం వచ్చేశామని చెప్పానక్కా.

ఎవరు ఇంత మంచి తనం చూపించారని అని అటుగా చూశాడు రఘు. స్లీపర్ లో తారసపడ్డవారే. ఎవరూ తాము చేసిన సహాయానికి ప్రతిఫలం ఆశించలేదు. ఎంత ఉన్నతమైన వ్యక్తిత్వం. ఇదే అసలైన భారతీయ సంస్కృతి.

తాను వాళ్ళ గురించి ఇంతకు క్రితం ఎంత చెడ్డగా ఆలోచించాడు. తాను ఎంతో కుసంస్కారుడు, మనసులోనే అనుకుంటూ పేరు పేరునా వారందరికీ కృతజ్ఞతలు తెలిపాడు.

కొన్ని గంటల్లో గోరఖ్ పూర్ చేరుకొన్నాము. అందరికీ వీడ్కోలు పలికి తాము ముందే ఏర్పాటు చేసుకొన్న ట్రావెల్ ఏజెంట్ వ్యాను ఎక్కి ముక్తిథామ్ ని చూసి, అక్కడే భారతదేశంలో ఉన్న 108 నదుల నీరు పంపుల ద్వారా వచ్చే ధార కింద స్నానాలు చేసి గండకీ నదీ జలాలలో దొరికే విష్ణు సాలగ్రామ శిలలు గ్రహించి, అన్నపూర్ణ శిఖరం చూచి ఖాట్మాండు లో ఉన్న పశుపతినాథ్ దేవాలయంతో సహా అన్నీ కూడా తల్లికి దగ్గరుండి మరీ చూపించి, అప్పుడు డాక్టర్ నీలిమ ఇచ్చిన ఫోన్ నంబర్ కి ఫోన్ చేసి ,సార్! కొంచెం అడ్రస్ చెపితే మేము వస్తాం అంటే, మీరు ఏ హోటల్లో ఉన్నారో చెప్పండి నేనే వస్తానని చెప్పి, అలానే వచ్చి, తన కొడుకుకి కొత్త కట్టు మార్చి ఏవిధమైన ఫీజు వసూలు చేయకుండా వెళ్ళాడు. ఆయనకు, డాక్టర్ నీలిమకు మనసులోనే కృతజ్ఞతాంజలి ఘటించి తిరుగు ప్రయాణం అయ్యారు రఘు తదితరులు. హైదరాబాద్లో ఇంటికి వచ్చిన రెండు రోజులలోనే ఇల్లు వెతుక్కుని వారికి అడ్వాన్స్ ఇచ్చి మరునాడే కొత్త ఇంట్లో ప్రవేశించటానికి నిర్ణయం చేసుకొన్నారు. మరునాటి ఉదయమే లేచి దేవుని పటాలు తీసుకుని కొత్త ఇంట్లో ప్రవేశించటానికి వెడుతుంటే రఘు తల్లి, 'ఒరే రఘూ! దొడ్లోని తులసి మొక్కని వేళ్ళతో సహా జాగ్రత్తగా పెకలించి తీసుకొని వెళ్ళి అక్కడ పాతరా' అంది. ఈరోజు అక్షర తృతీయే. పచ్చని తులసి మొక్కని తవ్వెయ్యమంటావేమిటే అని అంటే శుభదినమనే తీసుకుని వెళ్లి కొత్త ఇంట్లో పాత మంటున్నాను అంది ఆవిడ. మరి మాట్లాడకుండా పెరటిలోకి వెళ్లి చిన్న

చేతి గునపంతో కుదుళ్ళు తెగిపోకుండా తవ్వుతున్నాడు రఘు. ఏమిటో అందరి ఇళ్ళల్లోనూ తులసి కోట సన్నగా పొడవుగా ఉంటే, మా ఇంట్లో మాత్రం అడ్డంగా వెడల్పుగా కట్టారు అనుకుంటున్నాడు. ఈలోగా ఠంగ్ మని చప్పుడయింది. ఏమిటా అని మళ్ళీ గునపం వేసేసరికి మళ్ళీ ఠంగ్ మనడంతో చుట్టూ ఉన్న మట్టిని జాగ్రత్తగా తీస్తే ఏదో ఒక వెడల్పుగా ఉన్నపెట్టె ఉంది. అది బయటకుతీసి చూస్తే అందులో ఒక కోటి రూపాయలు ఉన్నాయి. ఈ పెట్టెలో పెట్టడానికే ఈ తులసికోట ఇలా కట్టి ఉంటారనుకుంటూ వెళ్ళితల్లికి చూపించాడు. వెంటనే ఆమె 'ఒరేయ్, మీ స్నేహితుడు గోపాల్ కి అందులోంచి ఒక ఇరవై లక్షలు ఇచ్చెయ్యరా. ఇదంతా అతడి పుణ్యమే అంది. అతడు ఆపక పోయి ఉంటే ఈ ఇల్లు ఇప్పటికే అన్యాక్రాంతమయ్యుండేది' అంది. అలాగే అమ్మా అని చెప్పి, స్నేహితుడికి అర్జెంటుగా రమ్మని కబురు పంపాడు.

ఏమిటి రా అంతా అర్జెంటు అనిచెప్పి కబురు పంపారు. అమ్మకెలా ఉంది.

అందరూ బాగున్నారా? అసలు విషయం ఇది అని చెప్పి పెట్టెలో నుంచి తీసి ఇరవై లక్షలు, ఇది నీ వాటారా అంటూ చేతిలో పెట్టాడు. నాకెందుకురా అని తిరిగి ఇచ్చెయ్యబోతే, అమ్మ నీకు ఇమ్మంది. నీవు ఇంక ఏమీ మాట్లాడకు. ఆరోజు నీవు ఆపకపోతే ఇదంతా పోయేదే.

ఇపుడు మనం ఈ ఇల్లు అమ్మటం లేదు అని అతడికి చెప్పటం ఎలా అనుకున్నాడు రఘు.

ఏముందీ. మా అమ్మగారు బ్రతికి ఉన్నంతకాలం ఇల్లు అమ్మకురా అంటోందండి. అందువల్ల మీ డబ్బు ఒక నెల వడ్డీతో సహా తీసుకోండి అని అతని చేతిలో పెట్టెయి. రఘు అలాగే చేశాడు. అతడు కూడా ఏరోజుకేది ప్రాప్తమోఅంతే ముడుతుంది అని అనుకొంటూ వెళ్ళిపోయాడు.

ఇంత త్వరగా తెములుతుందని అనుకోలేదు అని స్నేహితులు ఇద్దరు ఒకరి నొకరు కౌగలించుకొని అభినందనలు తెలుపుకొన్నారు.

అది చూసిన రఘు తల్లి ఒరే మీ ఇద్దరూ వియ్యంకులు అవండ్రా అంది.

నాకు అభ్యంతరం లేదమ్మా. కట్నంకింద ఈ ఇరవై లక్షలు ఇచ్చేస్తా అన్నాడు గోపాల్.

ఒరెయ్ మళ్ళీ ఇస్తానంటే తగలపెట్టేస్తా.

బాబోయ్ అవేవీ వద్దు. ముహూర్తం పెట్టించెయ్.

అనుకున్నదే తడవుగా ఆ స్నేహితులిద్దరూ దగ్గరుండి పెళ్ళి ఘనంగా జరుపు కొన్నారు. రెండు కుటుంబాలు సంతోషంగా సంబరాలు చేసుకొన్నారు.

శుభం

పడమటి సంధ్యా రాగం

సౌజన్య రామకృష్ణ

హైదరాబాద్

Ph: **9000239842**

అర్ధరాత్రి పన్నెండు గంటలు దాటింది. క్రిస్మస్ ట్రీ ని అందంగా అలంకరించి, డిన్నర్ చేసి పడుకున్నాను.

నా ఫోన్ రింగ్ నన్ను నిద్ర లేపింది. ఆ టైంలో నాకు కాల్స్ రావు. వస్తే ఏదో ఎమర్జెన్సీ అనే అనుకోవాలి.

గుండెల్లో దడ మొదలయ్యింది. కాల్ లిఫ్ట్ చేసి ' రవి హియర్' అన్నాను.

'మిస్టర్ రవి! ఇట్స్ ఎమర్జెన్సీ. ప్లీజ్! నేను చెప్పిన హాస్పిటల్ కి రండి' అని ఫోన్ చేసిన వ్యక్తి చెప్పేసరికి నాలో భయం రెట్టింపయ్యింది. కానీ.. కాస్త ధైర్యం చేస్కుని.'ఒకే! బట్ ఎవరికి ఎమర్జెన్సీ?' అడిగాను.

'అదంతా కాల్ లో చెప్పలేను. మీరు రావాలి' అన్నాడు అవతలి వ్యక్తి.

'ఒకే! నేను వస్తున్నాను!' అని కాల్ కట్ చేశాను. దేవుడా! మళ్ళీ ఏమి జరిగింది. ఈ దేశంలో పండగ సమయం అంటేనే తెలియని భయం నన్ను ఇబ్బంది పెడుతోంది. ఇది నాకు కొత్త కాదు! గత 30 ఏళ్ళుగా ఇక్కడే ఉన్నా ఈ భయం పోలేదు. ఈ ముప్పై ఏళ్లలో ఏం జరిగిందో మీకు చెప్తాను. అప్పుడే నా భయానికి కారణం ఏంటో మీకు

తెలుస్తుంది. అలానే ఆలోచిస్తూ ఉన్నాను. హాస్పిటల్ లో ఎమర్జెన్సీ ఎవరికి? నాకొడుక్కా లేదా కూతురికా?లేదా కావ్య కా అర్థం కాలేదు.

అరగంటలో హాస్పిటల్ రీచ్ అవ్వుతాను. వెళ్లే దారి మొత్తం రంగుల మయంగా ఉంది. కారణం క్రిస్మస్. ఈ అమెరికా దేశంలో ప్రతీ ఏడాది ఇలానే ఉంటుంది. నెలా - రెండు నెలల ముందు నుంచే పండుగ సందడి మొదలవుతుంది. అలానే నా గతం నా కళ్ల ముందు కదిలింది!

30 ఏళ్ల క్రితం యమ్. యస్ చదువుకోడానికి ఈ దేశానికి వచ్చాను. నేను ఉన్న సిటీని లైట్స్ తో అందంగా అలంకరించారు. నేను వచ్చిన మూడు నెలల తర్వాత క్రిస్మస్ హడావిడి మొదలైంది. అక్టోబర్ నెలలో ఈ దేశంలో హాలోవిన్ సెలెబ్రేషన్స్ చూసి ముందు ఆశ్చర్యపోయాను.

మొదట్లో ఇబ్బందిగా అనిపించింది. ప్రత్యేకంగా దయ్యాల మాస్కులను, బట్టలని వేసుకోవడం.. దయ్యాలని ఇంటి ముందు పెట్టుకోవడం.. 'ట్రిక్ అండ్ ట్రీట్' అనే పేరుతో చాకోలెట్స్, కేక్స్ గిఫ్ట్స్ పంచడం ఏంటో ముందు నాకు అర్థం కాలేదు! మెల్లగా ఈ దేశ సంస్కృతికి అలవాటు పడ్డాను. నా చదువు పూర్తయింది. ఇక్కడే చదువుకున్న నా క్లాస్మేట్ కావ్యని ప్రేమించి పెళ్లి చేసుకున్నాను. మంచి జాబ్ సంపాదించాను. తనూ జాబ్ లో చేరింది.

నేను వచ్చిన సమయంలో ఇంతమంది ఇండియన్స్ ఈ దేశంలో లేరు. అలాగే మన సాంప్రదాయ పండుగలను జరుపుకోవాలంటే కొన్ని ఇబ్బందులు ఎదురయ్యేవి. మన తెలుగువారు జరుపుకునే పండుగలలో దీపావళి నాకు ఇష్టమైన పండుగ.

కానీ ఇక్కడ ఆ సమయంలో క్రాకర్స్ కాల్చకూడదు. అలాగే మన ఇండియాలో దొరికే క్రాకర్స్ ఇక్కడ ఉండవు.

అలా మొదటిసారి విదేశాల్లో మన పండగ జరుపుకోవడానికి ఇబ్బంది పడ్డాను.

అదే ప్రతీ ఏడాది కంటిన్యూ అయిపోయింది. నాకు ఇష్టమైన సంక్రాంతికి కావ్య చేత అందమైన ముగ్గు వేయించి గొబ్బెమ్మలు పెడదాం అనుకుంటే అది కుదరలేదు. ఉగాదికి ఆఫీస్ కి వెళ్లే ముందు నేనూ, కావ్య చిన్న కప్పులో ఉగాది పచ్చడికి కావాల్సినవి దొరికితే వాటిని కలిపి తినేసి ఆఫీస్ కి వెళ్ళిపోయాం. ఇక వినాయక చవితి రోజు వినాయకుడిని పెట్టే మండపాలని, పూజలనీ ఎంతో మిస్ అయ్యే వాడిని.

అలా ఐదేళ్లు గడిచాయి. మాకు పాప పుట్టింది. అలాగే ఈ దేశానికి భారతదేశం నుంచే కాకుండా.. ప్రపంచ నలుమూలల నుంచి ఎంతోమంది రావడం మొదలుపెట్టారు. ఇక్కడే కొత్త సమస్య మొదలైంది.

అమెరికాలో జులై 4వ తేదీన ఆ దేశపు ఇండిపెండెన్స్ డే జరుపుకుంటారు. ఇంకా తరువాత గొప్పగా చేసే పండుగ అంటే క్రిస్మస్. ఇక థాంక్స్ గివింగ్ డే, హాలోవిన్ వాళ్ళ ముఖ్యమైన పండుగలు.

నేను వచ్చిన ఐదేళ్లలో ఎంతో మార్పుని గమనించాను. ఇండియా నుంచి వచ్చే వారే కాకుండా మరి కొన్ని దేశాలు జనవరి ఫస్ట్ రోజు న్యూ ఇయర్ ని సెలబ్రేట్ చేసుకోవడం మొదలుపెట్టాయి. అది కొందరు అమెరికన్స్ కి నచ్చలేదు. మన పండుగలు అక్కడ జరుపుకోవాలని నేను ఎలా ఫీలయ్యానో.. ఇవేం కొత్త పండుగలు? అని అక్కడి ప్రజలు వింతగా చూడడం మొదలుపెట్టడమే కాకుండా ఇబ్బంది పడ్డారు.

దానికి కారణం లేకపోలేదు. న్యూ ఇయర్ రోజు డిసెంబర్ 31వ తారీఖున పెద్ద ఎత్తులో బాణాసంచా రోడ్ మీద కాల్చి కొంతమంది అమెరికన్స్ కి ఇబ్బంది కలిగించారు ఇండియన్స్. అప్పటినుంచీ అమెరికాలో జీవించడం కాస్త కష్టంగా మారింది.

ఆ మరుసటి రోజు.. జనవరి రెండో తారీకు..ఒక ఇండియన్ మాల్ లో ఒక అమెరికన్ కాల్పులు జరిపాడు. ఆ సమయంలో అక్కడ ఎక్కువ ఇండియన్స్ ఉండడంతో దాదాపుగా20 మంది చనిపోయారు. పోలీసులు వచ్చేసరికి షూటర్

పారిపోయాడు. ఆ తర్వాత అతని పట్టుకుని విచారించారు. అతను చెప్పిన సమాధానం విని అందరూ ఆశ్చర్యపోయారు.'ఇది మా దేశం. మీరు ఎందుకు వచ్చి మారుస్తున్నారు! పోండి!' అని గట్టిగా అరుస్తూ చెప్పేసరికి మాలో భయం మొదలైంది.అలాగే జాగ్రత్తగా ఉండాలని కూడా డిసైడ్ అయ్యాం.

ఆ తర్వాత రెండేళ్లకి మాకు బాబు పుట్టాడు. అమెరికాలో ఇల్లు కొన్నాను. మా బాబు పుట్టే లోపు అమ్మ- నాన్న, అత్తయ్య- మామయ్య అమెరికాకి ఎన్నో సార్లు వచ్చారు. వాళ్లని పండుగ సమయంలోనే రమ్మని చెప్పే వాళ్ళం.

కనీసం ఇంట్లోనన్నా ఆ పండుగ వాతావరణం ఉంటుంది అనే చిన్న ఆశ. అదే విధంగా ఇండియా వెళ్లి నేను మిస్ అయ్యిన పండుగలు అక్కడ జరుపుకోగలిగితే జరుపుకునే వాడిని.

అలా ఏళ్లు గడిచే కొద్దీ.. అమెరికా ఎంతో మారిపోయింది. అమెరికాలో ఇండియన్స్ ఎక్కువ అయిపోయారు.

మన దేశ పండుగలు వాళ్ల పండుగలకంటే ఎక్కువగా జరుపుకోవడం మొదలుపెట్టారు. ఇది నాకు నచ్చింది.

పండుగ సమయంలో నేను పడ్డ ఇబ్బందులు తొలిగాయి.

ఇక తెలంగాణ రాష్ట్రం వచ్చాక, ఇక్కడ బతుకమ్మ, బోనాలు పండుగలు అని కమ్యూనిటీస్ లో సెలబ్రేట్ చేయడం, అదీ పెద్దగా పాటలు పెట్టి చేయడం కొంతమంది అమెరికన్స్ కి నచ్చలేదు. ఇలా చేయాలి అంటే ముందు పర్మిషన్ తీస్కుని ,ఎవరినీ ఇబ్బంది పెట్టకుండా చేయాలి. అలా చేయకపోవడంతో వాళ్ళకి ఫైన్ వేసేవారు.

పండుగ సెలబ్రేషన్స్ ఇతరులకి ఇబ్బంది లేకుండా ఉండాలి. ముఖ్యంగా మన నివసించే దేశం మనది కానప్పుడు.. ఇంకా జాగ్రత్తగా ఉండాలి. అవి పట్టించుకోకుండా నాకు నచ్చేలా ప్రవర్తిస్తాను అనుకోవడం కరెక్ట్ కాదు అనిపించింది.

ఆరోజు నేను నా జీవితం లో మర్చిపోలేని రోజు. నేను నా ఫ్రెండ్ కలిసి బార్ కి వెళ్ళాం. నేను వీక్ ఎండ్స్ లో లైట్ గా తాగుతాను. క్యాసినో ఆడతాను. అలానే ఆరోజు వెళ్ళాను. అప్పుడే అక్కడకి నలుగురు అమెరికన్స్ వచ్చి... 'బ్లడీ ఇండియన్స్ అండ్ అథర్ కంట్రీ పీపుల్... గెట్ అవుట్ ఫ్రం ఆవర్ కంట్రీ ' అని గట్టిగా అరిచి నా ఫ్రెండ్ తో పాటుగా ఇంకో పది మందిని షూట్ చేశాడు! ఆ టైం లో వాడు నాకు 500 మీటర్ల దూరంలో ఉన్నాడు. నా కళ్ల ముందే నా ఫ్రెండ్ తో పాటూ మరి కొందరు చనిపోయారు.

ఆ సమయంలో అతని భార్య ప్రెగ్నెంట్.చాలా బాధగా అనిపించింది. వాళ్ళని నేను ఎదిరించలేకపోయాను. అప్పుడు అనిపించింది ఈ దేశంలో ఉండడం అవసరమా అని? కానీ తిరిగి ఇండియా వెళ్తే అక్కడ బ్రతకగలనా? అనుకొని.. ఇక్కడ ఉండాలి, కానీ జాగ్రత్తగా ఉండాలి. ఇక్కడే ఉంటే నా పిల్లలకి అందమైన భవిష్యత్ ఉంటుంది అనుకొని అప్పటినుంచి ఇప్పటివరకూ ఎంతో జాగ్రత్తగా జీవిస్తూ వస్తున్నాను.

కానీ భయం.. నా మనసు పొరల్లో ఉండిపోయింది. పిల్లలు స్కూల్ నుంచి కాలేజీలకి మారినా ఈ భయం పోలేదు.

ఇదిగో ఈరోజు ఇలా అర్జెంటుగా రమ్మనడమేంటో అర్థం కాలేదు. నా కొడుకు కార్తీక్ తన ఫ్రెండ్స్ సెలెబ్రేట్ చేస్కునే క్రిస్మస్ పార్టీ కోసం వెళ్ళాడు. పాప ఆధ్యా ఇంకొక ఫ్రెండ్ దగ్గరికి ఇదే అకేషన్ కోసం వెళ్ళింది. వాళ్లకి నా ప్రాబ్లం అర్థం కాదు.అందుకే నేను వెళ్ళకండి అని చెప్పలేదు, అలాగే జాగ్రత్త అని చెప్పాను. ఈ టైంలో కావ్య ఉంటే బాగుండేది, కానీ తను తన ఫ్రెండ్ ఇంట్లో ఫంక్షన్ ఉంటే ఇంకొక స్టేట్ వెళ్ళింది.

కార్ పార్క్ చేసి హాస్పిటల్ లోకి వెళ్ళాను. రిసెప్షన్ దగ్గర కార్తీక్ కనిపించాడు. 'హేయ్ కార్తీక్ ఏమయ్యింది? ఆర్ యూ ఒకే!' అని అడిగాను. 'ఎస్

డాడీ !' అన్నాడు. అసలు కార్ లో ఉన్నప్పుడు వాళ్ళకి కాల్ చేయాలి అనే ఆలోచనే రాలేదు! నా బుర్ర పనిచేయలేదు. వెంటనే ఆధ్యకి కాల్ చేశాను. తను డిన్నర్ చేసి పడుకున్నాను అన్నది. మరి ఎందుకు నన్ను రమ్మన్నారో అర్థం కాలేదు.

"డాడ్... ఈ రోజు నా ఫ్రెండ్ లక్కీ తెలుసా? అందరం పార్టీ చేసుకుంటే.. ఒక అమెరికన్ వచ్చి నా ఫ్రెండ్ ని షూట్ చేస్తాను అని వాడి చేతి మీద షూట్ చేశాడు. ఎందుకు అని అడిగితే.. 'నువ్వు అమెరికన్స్ తో కాకుండా ఇండియన్స్ తో మన ఫెస్టివల్ సెలబ్రేట్ చేసుకుంటున్నావు!' అని నా వైపు గన్ చూపించాడు."

"బట్ నేను ధైర్యంగా అతని చేతిలో ఉన్న గన్ తీసుకొని అతని వైపు చూపించాను. కదిలితే కాలుస్తాను అన్నాను.. ఫ్రెండ్స్ వాడిని పట్టుకున్నారు. కాప్స్ వచ్చి అరెస్ట్ చేశారు. నా పేరెంట్స్ ని పిలవన్నారు. నీ నెంబర్ ఇస్తే , నీకు కాల్ చేశారు. నా ఫ్రెండ్ కి బ్లడ్ డొనేట్ చేశాను" అన్నాడు.

'దేవుడా!' అనుకున్నాను. బికాజ్.. ఇది నేను ఎక్స్పెక్ట్ చేయలేదు. కొన్నేళ్ల క్రితం నేను ఈ దేశానికి వచ్చి ఇక్కడ సంస్కృతి ని చూసి కన్ఫ్యూజ్ అయ్యాను. ఇబ్బందులు ఎదుర్కొన్నాను. నా కళ్ళ ముందు నా ఫ్రెండ్ ని కోల్పోయాను. ఇంకా చాలా చూశాను. ఒకరకంగా భయపడుతూ బ్రతికాను.

కానీ ఇప్పుడు మార్పు నాకు కనిపించింది. ఇండియాలో ఇతర దేశాల వాళ్లు ఎలా అయితే వచ్చి ఉంటున్నారో.. మొదట్లో అక్కడ సంస్కృతికి అలవాటు పడడానికి ఇబ్బంది పడి మళ్లీ ఎలా ఎడాప్ట్ చేసుకున్నారో , అలాగే నేను చేసుకున్నాను, కానీ పూర్తిగా కాదు. ఇప్పుడు కార్తీక్ ఎదురు తిరిగి ఎలా బ్రతకాలో నేర్పించాడు.

వాడి దగ్గరికి వెళ్లి హత్తుకుని..' యు హావ్ డన్ ఏ గ్రేట్ జాబ్!' అన్నాను. ఇప్పుడు నాకు భయం పోయింది.

ఇకపై నేను ఇబ్బంది పడకుండా అన్ని పండుగలు జరుపుకోవాలి, అది ఎవరికీ ఇబ్బంది కలగకుండా అనుకున్నాను.

ఈ ప్రపంచంలో ఏ మూలకి వెళ్లినా ఆ ప్రదేశాన్ని.. అక్కడి పద్ధతులని, పండుగలని అర్థం చేస్కుని ముందుకు వెళ్ళాలి. మొదట్లో కన్ఫ్యూషన్ అయినా ఆ తరువాత అలవాటు పడతాం ఇదే నిజం!!

పనస తెచ్చిన అగచాట్లు

త.భా.జ.సు.రాజప్ప.

రాజమండ్రి

Ph: 9868270931

చవకగా ఏదైనా దొరుకుతోంది, అంటే వదిలిపెట్ట బుద్ధెయ్యదు. ఏడాదికొకసారి మన జన్మభూమిని పండగలలో దర్శించి గోదావరి జిల్లాల వంటకాలు, ఊరగాయలు, పళ్ళు,కొత్త తెలుగు సినిమాలు, పిలుపులని బట్టి పెళ్లిళ్లలో పాల్గొనడం వగైరా వగైరాలని ఆనందించి, తిరిగి వెళ్ళి గానుగెద్దులాగ ఉద్యోగంతో సద్దుకుపోవడం ఒక ఆనవాయితీ లాగ జరిగిపోతోంది.

ఈ సారి సంక్రాంతి పండగకి మరల మన ఊరి ప్రయాణం పిల్లలతో, మనదైన రాణ్మహేంద్రవరంలోనే అత్తవారింట్లో కూడా కొద్ది రోజులు గడపాలని, వేంచేసాము. సంక్రాంతి పండగకి కూతుళ్లు, అల్లుళ్ళు, మనవలు, మనవరాళ్లతో కలకల సందడిగా ఉంది. ఆఖరు మరదలికి రీసెంటు గా పెళ్లవ్వటంతో నేను పాత అల్లుడిని అయిపోయి, కొత్తల్లుడి దర్జా మరొకరికి వదిలెయ్యవలసి వచ్చింది. మామగారు ఏర్పాట్లు, మర్యాదలలో ఏ లోటు చెయ్యక ఆదరించారు. ఉన్న నాలుగు రోజుల్లో పిజ్జాలని, గోలుగప్పాలు, టిక్కీలు, పిడతకింద పప్పు, మిరపకాయ బజ్జీలు వగైరాలు పిల్లలు ఆనందించటం, రోజూ ఎవరో ఒకరు తెచ్చి పిల్లల సరదాలు తీర్చటం జరుగుతోంది. ఇతరులు ఎవరో ఖర్చుచెయ్యటం జరుగుతోంది. నా పిసినారితనాన్ని పసిగట్టిన మా ఆవిడ ఉండలేక ఒకరోజు పళ్లో, మిఠాయో మన తరపు నుండి తీసుకురండి, లేకపోతే

బాగుండదు," అని చెవి కొరకడంతో, నేనూ అర్థం చేసుకుని,తప్పదనుకుని ఏదో ఒకటి గొప్పగాను, తక్కువ ఖర్చులోను తెచ్చి, మా నుంచి కూడా గుర్తింపు తెచ్చుకోవాలని, సూక్ష్మంలో మోక్ష సాధన కొరకై బజారుకి బయలుదేరాను.

తిరుగుతూ తిరుగుతూ రైతు బజారులోకి అడుగు పెట్టాను. సీజన్ కాబట్టి రకరకాల పళ్లతో ఘుమఘుమల వెలిగిపోతోంది. ధరలు మాత్రం తలకంటుతున్నాయి. ఏ పళ్ళైనా నాలుగైదు కిలోలుంటేనే కాని సరిపోవు. ఖర్చు వెయ్యరూపాయల పైకే పోతోంది. కొంచెం చవకగా ఏమైనా దొరుకుతాయేమోనని తిరుగుతూ పనసపళ్ల దుకాణం ముందు ఆగాను. పెద్ద గుండిగలంత పనస కాయలు, పళ్లు పండిన సువాసనలతో ఆకర్షితుడనై, కాలక్షేపానికి ఓ పెద్ద సైజు పనస పండుని వెల అడిగాను. మూడువందలన్నాడు. పండిన వాసన, తేనెరుచిలాంటి తొనలు వాడు చెప్పిన ప్రకారం, బాగుందనిపించినా, మూడువందలు వెచ్చించడం ఇష్టంలేక దుకాణం బయటకి వస్తూంటే, "సెప్పండి, అయ్యగారు ఎంతిస్తారేమిటి? సీకటైపోయింది ఏదో కొంతకి తీసుకోండని పట్టుపట్టాడు. తటపటాయిస్తూ అక్కర్లేని బేరంగా, 'ముప్పై కిస్తావా?' తొంభై శాతం డిస్కౌంటు లో అడిగేసి, వాడేమైనా పరువుతీసే తిట్లుతిడతాడేమోనని బయట పడబోయాను,

"ఆగండాగండి, నలభై ఇవ్వండి", లేదయ్యా ముప్పై కిస్తే ఇవ్వు, లేదంటే అక్కర్లేదు. అంటే,

అదేంటి బాబు మాలాంటోల్లపై కోపమెందుకులెండి, తీసుకోండి, మీ మాట ప్రకారం.

డజను అరటిపళ్లు కూడా ఆ రేటుకు రాని ఈ రోజుల్లో, వీధివీధంతా తిన్నా తక్కువవ్వని అంత పెద్ద పనసపండు ముప్పై రూకలకి రావటం, అత్తారింట్లో అంత పెద్ద పండు తెచ్చానన్న పేరు ఇంత తక్కువ ఖర్చులో అయిపోవుట, కొంచెం ఉబ్బి తబ్బిబయ్యే లోపల , వాడు తలగుడ్డ దులిపేసుకుని చుట్ట కాల్చుకుంటూ వెళ్ళి

పోయాడు. అసలు దుకాణం వాడొచ్చి పనస పండును అక్కణ్ణించి తీసెయ్యండనటంతో, పండు ఎత్తబోతే బరువు, ముళ్ళు అరచేతి ఆనవాళ్లే మార్చేసింది. మొయ్యలేక రొప్పుతూ రిక్షా వాణ్ణి ఆపాను. రిక్షా వాడు, అదును చూసి నూట యాభై కంటే తక్కవకి రాననడంతో, తప్పక, రిక్షాలో ఎక్కి అత్తారింటికి దారేదంటూ చేరాను. రిక్షా వాడు పనసపండుని మేడ మీదకి ఎత్తుకు రావటానికి నిరాకరించటంతో, తప్పక అంత పెద్ద పనసపండుని గుండెలకు హత్తుకుని రొప్పుతూ మేడమీదికి తీసుకువచ్చాను. అంతపెద్దపండు ముప్పై రూపాయలకి తెచ్చానని భార్య మెచ్చుకుంటుందని, అంత పెద్ద పండు ఇవ్వటం నిండుగా ఉండి, కన్నుల పండగై అందరూ తినడానికి, ఒలవడానికి మీద పడతారని ఆశించిన నేను, చెడ్డ నిరాశకు గురయ్యాను.

"అయ్యయ్యో! నిక్షేపంలాంటి కొత్తచొక్కాకి పనసకాయ జిగురు అంటించేసేరేంటండి, ఆ మాత్రం ఇంగిత జ్ఞానం లేదా, అని అష్టోత్తరం ఎత్తుకుంది శ్రీమతి. వినీ విననట్లు నటించి ఆ పనస పండుని సావిట్లోకి చేర్చి, చొక్కా మార్చుకొంటూంటే

"ఇంత పెద్ద పనసపండు కోసే వారెవరూ లేరండి, అన్నయ్యగారు అంటూ బావమరిది భార్య చురక అంటించింది.

మా పిల్లలు వాట్ ఈజ్ దిస్, డాడ్. ఐ డోంట్ లైక్ దర్టీ ఫ్రూట్, అంటూ ఛీదరించుకుంటూ లోనికి పరిగెత్తాడు నా సిసింద్రీ.

బావమరిది కొంచెం జాలిదలిచి, పోనీ లెండి బావగారు, వలిచి పెడితే నేను తింటానండి. ఇంత కష్టపడి తెచ్చారు, పాపం అని సానభూతులు అందించాడు.

నిజానికి దీన్ని కొయ్యటం, వలవటం నాకూ అనుభవం లేదు. ఇదంతా చూస్తున్న పనిఅమ్మాయిని చూసి, "నువ్వు వలవగలవా ఏమ్మా? "

సెయ్యగలను గాని, ఈటికి సామానులు కావాలండి, నా కట్టానికి కొంత ముట్టసెప్పాలండయ్యా!

"సరే ఏమేమి కావాలేంటి? " అంటూనే, లిస్టు చదివింది పని అమ్మాయి. అంపం లాటి చాకు,జిగురంటకుండా అరకేజి నూనె,

పసుపు, మరకలుకాకుండా ప్లాస్టిక్,కడుక్కోవడానికి సబ్బు.

నాకో రెండొందలు.

ఓర్నాయనో!ముప్పైరూపాయల పనసపండు ముప్పే తెచ్చిందే అని, లోపల ఆందోళన చెందుతూ, పరువు పోకూడదని సరే అని, ఐదువందల బిల్లుకి తలవొగ్గేను.

మర్నాడు ఉదయం, పనమ్మాయి చకచక సామానులు తెచ్చి, అరగంటలో మూడు బేసిన్ల తొనలు, ఓ గంపెడు తొక్కలు వేరుచేసి, నా ముందుంచి రెండొందలుని ఛటాలున లాక్కొని, చకచకా వెళ్లిపోయింది.

రండర్రా పనసతొనలు తినడానికి అని గావు కేకలు పెట్టినా, స్పందన కనపడలేదు. చేసేదేమిలేక, ఎండాకాలంలో వొలిచిన తొనలు ఎక్కువ సేపు ఉండవని, ఇరుగు పొరుగికి, బంధు మిత్రులకూ పంచి పెడదామని పూనుకున్నాను.

నందికేషుడి నోములో ఖర్చుకాకపోతే ఏవిధంగా ఇంట్లోవారు పరిస్థితుంటుందో, నా పరిస్థితి కూడా అదే అయింది.

ఎవరికి ఇద్దామని వెళ్లినా, ఆముదం తాగిన మొహం పెట్టి, మాకు తినే ఆనవాయితీ లేదనో, ఏదో అనారోగ్యాల సాకు చెప్పి, తిరస్కరించే వారు. మరి కొందరు నాకు వ్యక్తిగా గౌరవం ఇస్తూ బలవంతపు బ్రాహ్మణార్థం గా తీసుకోవటం జరిగింది.

తిరిగి వచ్చి పిల్లలకి నచ్చచెపుతూ పనసతొనలకు న్యాయం చేకూర్చటానికి సన్నద్ధులవ్వబోతూంటే, అప్పుడే ఆన్చేసిన టీవీలో, ఒక తిండి స్పెషలిష్టు, నా ఖర్మకాలి పనసపండును గురించే చర్చ చేస్తూ, పనస తొనలు వాత గుణాన్ని కలిగి

ఉండటం చేత, కండరాల నొప్పులు, పట్టు వదలడం, నరాల పీడ అంటూంటే, మా ఆవిడ నోట్లో పెట్టుకున్న వాటిని కూడా ఉమ్మించేసి, ఇంత శ్రమ , ఖర్చు మిగిలిన పనసతొనలని పెంట పాలు చేసేసింది,ఛాదస్తాల మా ఆవిడ.

విలవిలపోతున్న పనసతొనల్ని చూసి, ముప్పై రూపాయలతో మొదలైన పనస ప్రసవం వెయ్యరూపాయల జార్చేసిన వలవలపోతున్న నా మోమును చూసి ఎవరు ఎవరిమీద జాలి పడాలో అర్థంకాక బేజారు చూపులతో మిగిలి పోయాను. అత్తగారు ఎగతాళిగా "తెలియక పోతే తెలియనట్టుగా ఉండాలి అల్లుడుగారు. అనవసరంగా తంటాలు పడతారెందుకు. అంతగా మీకు సరదాగా ఉంటే అందరినీ సినిమాకి తీసుకెళ్లండి" అని పెద్ద టెండరు పెట్టింది. మా ఆవిడ ,పిల్లలు ఎగిరి గంతేసి, ఆరోజే సినిమా కార్యక్రమం, సకుటుంబాల పరివారంగా తీసికెళ్లడం తప్పలేదు. మూడువేలు డెబిట్ కార్డ్ లోంచి ఎగరగొట్టి పాత అల్లుడిగా మర్యాద పులుముకున్నాను.

పనస పండుకో నమస్కారం,
పండ్లని ఆదరించని సభ్యతకో స్మరణం.

సంక్రాంతి పండుగన పనస పెట్టిన అగచాట్లు, నాకో చేదు అనుభవం. నా పాట్లు చూసిన శ్రీమతి చిలిపిగా, అల్లుడిగారికి పండగ మజా వచ్చిందా, అని బుగ్గ కొరికి పారిపోయింది.

ముచ్చెమటలతో చేరిన మురమళ్ళ

విత్తనాల విజయ కుమార్

Ph: 9985117789

ప్రతీ సంవత్సరం సంక్రాంతికి మా ఊరు తూర్పు గోదావరి జిల్లాలోని మురమళ్ళ వెళ్లి తీరవలసినదే. అక్కడ అందరితో కలిసి వినోదాల సందడిలో భాగం పంచుకోక పోతే జీవితమే వ్యర్థం అనిపిస్తుంది నాకు.

నా భార్య ప్రమీల ఉత్సాహం మరింత ఎక్కువగా ఉంటుంది. మా అత్తగారి ఊరు మా ఊరుకు చాలా దగ్గర. కాట్రేనికోన దగ్గరలో ఉన్న దొంతికుర్రు. మా పిల్లల మొహాలు ఊరెళుతున్నామన్న ఆనందంతో వెలిగిపోతాయి. ఊళ్ళో పెద్దవారు వాళ్లపై చూపే ఆప్యాయతలూ ఇచ్చే కానుకలూ తలుచుకుంటూ తెగ సంబరపడి పోతారు. మా దంపతులకు ముగ్గురు సంతానం. ఇద్దరు కొడుకులు, ఒక కూతురు.

ఉద్యోగ రీత్యా హైదరాబాద్లో ఉంటున్నాను. తెలంగాణా రాష్ట్రం ఏర్పడినా నేను హైదరాబాద్ లోనే ఉండేలా నా ఆప్షన్ ఇచ్చాను. కొత్త రాష్ట్రం ఏర్పడినా చాలా తక్కువ మంది మాత్రమే హైదరాబాద్ తో అనుబంధాన్ని తెంచేసుకున్నారు. సొంత ఊరిపై ఎంత మమకారం ఉన్నా హైదరాబాదులోనే స్థిరపడిపోయిన నాలాంటి వాళ్ళే ఎక్కువ. దానికి ప్రత్యక్ష నిదర్శనం సంక్రాంతి సమయంలోనే కనబడుతుంది. ఎక్కడ చూసినా జన సంచారం లేని రోడ్లు హైదరాబాదులో దర్శనమిస్తాయి.

ఎప్పుడు మా ఊరెళ్ళాలన్నా వెళ్లి రావొచ్చు కానీ ఒక్క సంక్రాంతి సమయంలో మాత్రం అది ఓ సాహసం. మా ఊరికి రైలు సౌకర్యం లేదు. రాజమండ్రి వెళ్లి అక్కడినుండి బస్సులో వెళ్లాలి.

రైల్ టికెట్లు రిజర్వ్ చేసుకుందామంటే దొరకవు. ఐ ఆర్ టి సి లో బుకింగ్ ఓపెన్ చేసిన వెంటనే టిక్కెట్లు మాయమైపోతాయి. వెయిటింగ్ లిస్టు వందల్లో ఉంటుంది. అనేక ప్రత్యేక రైళ్లు వేస్తారు. ప్రయాణంలోనే ఎన్ని గంటలు వృధా అయిపోతాయో చెప్పలేం. ఆర్టీసీలో టిక్కెట్ రేట్లు విపరీతంగా పెంచేస్తారు.

గత రెండు సంవత్సరాల ముందు ఏ అవకాశం లేకపోతే ప్రైవేట్ కారు బుక్కు చేసుకునైనా ఊరెళ్లే వాళ్ళం.

రెండు సంవత్సరాల క్రితమే సొంత కారు కొనుక్కున్నాను. సొంత కారులో వెళ్లడం ఊళ్లో వారి ముందు గర్వంగా తోచినా సంక్రాంతి సమయంలో ప్రయాణమే ఒంటెద్దు బండి ప్రయాణంలా ఉంటుంది. రోడ్లపై వాహనాల రద్దీ అంత ఎక్కువగా ఉంటుంది.

"ప్రమీలా అన్నీ సర్దేశావు కదా. ముఖ్యంగా మీ వాళ్ళకీ మా వాళ్ళకీ మనం స్పెషల్ గా కొన్న కానుకలను మర్చిపోకు. పిల్లలకు కావలసిన వాటిని వేరేగా పెట్టు. నా బట్టలన్నీ నాకు ఒకసారి చూపించి పెట్టు. నీకు కావాల్సినవన్నీ పెట్టుకో. రేపు తెల్లవారుజామున నాలుగు గంటలకు బయలుదేరుదాం" అన్నాను నేను.

"ఏవండీ, అన్నీ సర్దుతూనే ఉన్నాను. జూలీని ఏం చేద్దాం" ఓ సమస్యను గుర్తుచేసింది.

జూలీ మేము పెంచుకుంటున్న పమేరియన్ కుక్క. ఏడు సంవత్సరాలుగా మా ఇంట్లో సభ్యురాలై పోయింది. మేము గతంలో సొంత కారు లేనప్పుడు హైదరాబాదులోనే డాగ్ కేర్ సెంటర్లో డబ్బులు కట్టి ఉంచేవాళ్ళం. సొంత కారు కొన్నాక జూలీని కూడా మాతో తీసుకొని వెళ్ళాము. దానితో ప్రయాణం కొంత

ఇబ్బందే. అయినా అందరమూ ఆనందంగా భరించడానికే ఇష్టపడతాము.

"ఇప్పుడు నీకెందుకు ఆ డౌటు. మనతోనే తీసుకుని వెళ్దాం. గతేడాది అది పెట్టిన ఇబ్బంది గుర్తుకొచ్చిందా! ఏం పర్వాలేదులే. ఈసారి కొంచెం జాగ్రత్తగా ఉందాం" అన్నాను.

"తెల్లవారుజామున రెండు గంటలకే లేవాలి. అలారం పెట్టండి" నా శ్రీమతి ప్రమీల అంది.

"మరీ అంత తొందరగా నా" అన్నాను నేను.

"మీకేం మీరు బాగానే చెబుతారు. పిల్లల్ని స్నానం చేయించడానికి ముందు నేను స్నానం చేసి పూజ చేసుకోవాలి. దారిలోకి కావలసినవి వండాలి. తర్వాత పిల్లల్ని లేపి స్నానం చేయించాలి. ఆ తరువాతే వేడివేడి కాఫీతో మిమ్మల్ని లేపుతాను లెండి" ఆమె షెడ్యూల్ నా ముందు పెట్టింది.

పడుకున్నానే కానీ నిద్ర పట్టలేదు. మా కోనసీమలో జరిగే సంక్రాంతి సంబరాలు గుర్తుకు వచ్చాయి. నా చిన్ననాటి నుండీ ఈనాటి వరకూ కూడా మారని పద్ధతులు గుర్తుకొచ్చాయి. భోగి మంటలూ, రంగు రంగుల ముగ్గులూ, గొబ్బెమ్మలూ కళ్ళముందు కనపడ్డాయి. ముఖ్యంగా ఇంట్లో చేసే పిండివంటలు ఎంతో ప్రత్యేకం. ఇక్కడ ఎన్ని రకాలు స్వీట్లు తిన్నా ఆ పిండి వంటలు ముందు దిగదుడుపే. భోగి రోజున తెల్లవారుజామునే నలుగు పెట్టి స్నానం చేయించేవారు. ఆలస్యమైతే భోగి కీడు వస్తుందనే వారు.

పాత వస్తువులతో భోగి మంటలు వేసేవారు. ఆ మంటల్లో అక్కడి పిల్లలు కొన్ని రోజులపాటు కష్టపడి పేడతో చేసిన భోగి పిడకలు వేసేవారు. కొత్త బట్టలు వేసుకుని అందరితో కలిసి చేసే హడావిడి చాలా బాగుంటుంది.

చిన్నప్పుడు చూసిన కోడి పందాలు పెద్దయ్యే కొలదీ మజాను పెంచాయి. ఎడ్ల బండ్ల పోటీలు, గంగిరెద్దుల సందడీ చెప్పనవసరం లేదు.

ఏ ఇల్లు చూసినా పండగ హడావిడితో ఇల్లంతా సందడిగా ఉంటుంది. కొత్త అల్లుళ్ళను ప్రత్యేకించి చూస్తారు. వాళ్లను మెప్పించే పనులతో పాటు ఆట పట్టించే మరదళ్ళ హుషారు చూసి తీరాలి.

అన్నింటి కన్నా నాకు ఇష్టం ప్రభల వేడుక. ఆ వేడుకలో ఆడే రకరకాల గుండాటలు. గుండాటల పేరుతో అనేక రకాల జూదాలు. భలే సరదాగా ఉంటాయి. జేబులో డబ్బులు పోయినా సరదాగా ఉంటుంది. ఆటల్లో ఉత్కంఠ ఉంటుంది. వాళ్లు చేసే చిన్న చిన్న కనికట్టులు తెలియవు. డబ్బులు ఇచ్చినట్టే ఇచ్చి అంతకు అంతా కనికట్టుతో లాగేస్తారు.

రసికుల కోసం భోగం మేళాలూ, రికార్డింగ్ డాన్సులూ చాలా వినోదంగా ఉంటాయి. రికార్డింగ్ డాన్సులలో సినిమా నటుల పోలికలతో ఉన్నవాళ్లు బాగా అలరిస్తారు. పేరున్న నటులను అనుకరించి చేసే నృత్యాలను చూసి తీరాలి. ప్రేక్షకుల ఈలల గోలతో చాలా సరదాగా ఉంటుంది.

స్నేహితులతో ఉల్లాసంగా గడిపే సమయం ఎంతో మధురంగా ఉంటుంది. ఒకరి కథలు మరొకరు గుర్తుచేసుకుని నవ్వుకోవడాలు ఎంతో ఆనందాన్నిస్తాయి.

వెటకారాలు జోకులకు కొదవే ఉండదు.

ఆ ఆనందాలను తలుచుకుంటూ నేను నిద్ర లేకుండానే గడిపాను. ఎప్పుడు రెండు గంటలయ్యిందో తెలియదు అలారం కొట్టేవరకూ.

ఇవేమీ పట్టకుండా హాయిగా నిద్రపోతున్న నా భార్యామణి అలారం కొట్టగానే హడావిడిగా లేచి పనులు మొదలెట్టింది. అప్పుడు పట్టింది కునుకు నాకు.

ఆ కునుకు ముచ్చట తీరకుండానే "ఏవండీ లేవండి. బ్రష్ చేసుకుని కాఫీ తాగి రెడీ అవ్వండి" నన్ను కుదిపింది ప్రమీల.

నిద్రలేమి వలన బద్ధకంతో లేవకుండానే "టైమెంతయింది" అన్నాను.

"నాలుగవ్వస్తుంది. మీరు తయారవ్వండి. ఈ లోపు నేను పిల్లల్ని కూడా తయారు చేసేస్తాను" అన్నది ప్రమీల.

"తెల్లవారుజామున రోడ్డుమీద మంచు ఉంటుంది కదా" ఓ గంట పాటు ముసుగు తీయకూడదన్న నా ఆలోచన పసిగట్టేసింది ప్రమీల.

ఒక్కసారిగా దుప్పటి లాగేసింది "నా కన్నా రెండు గంటలు పాటు ఎక్కువే పడుకున్నారు కదా. మంచు ఉంటే అక్కడికక్కడే కాసేపు ఆగుదాం. మీరు లేవండి ముందు. నేను సర్దినవన్నీ బాగా ఉన్నాయో లేదో చూడాలి మీరు. తర్వాత నన్ను తప్పు పట్టకూడదు" నన్ను వదిలేలాగ లేదని అర్థమైపోయి తప్పనిసరి పరిస్థితుల్లో పక్క మీద నుండి లేచాను.

మా మంచం కింద పడుకున్న మా జూలీ బయటకు వచ్చింది. మా ఆవిడ చెంగుపట్టుకుని లాగుతూ గొడవ చేసింది.

"నేను పిలిచే దాకా బయటకు రాకు. నిన్ను నేనేమీ మర్చిపోలేదు. నీ డబ్బా కూడా పూర్తిగా తయారు చేశాను. లోపలికి పోయి పడుకో" కుక్కతో వెరైటీగా మాట్లాడుతుంది నా భార్య. జూలీ కూడా నా భార్య చెప్పిన మాటలు తూచా తప్పకుండా పాటిస్తుంది. ఇప్పుడది ప్రమీల పిలిచే దాకా రాదు. మనుషులు కన్నా ఎక్కువ క్రమశిక్షణతో ఉంటుంది మా ముద్దుల జూలీ.

అందరం తయారైపోయాము. పిల్లల హడావుడి చెప్ప తరము కాదు.

తెల్లవారు జామున 5 గంటలకే బయలు దేరాం. గండిమైసమ్మ సెంటర్ దాటాక ఒక్కసారిగా అరిచింది నా భార్య ప్రమీల. కారు సడన్ బ్రేక్ వేసి వెనక్కి తిరిగాను. "ఏమయ్యిందే అంత గట్టిగా అరిచావు" కంగారుపడుతూ అడిగాను.

"జూలీని మరిచిపోయాను" తల పట్టుకుంది.

జూలీని ఇంట్లో పెట్టి బయటకు వెళ్ళటం మాకు అలవాటే. అది బుద్ధిగా మంచం

కింద పెట్టినవి తింటుంది. బాత్రూం తలుపు ఓపెన్ చేసి ఉంచుతాం. అవసరాలను ఓ మూలకు వెళ్లి తీర్చుకుంటుంది. అంత బుద్ధిమంతురాలు అది.

"సరేలే. బతికించావు. ఎంతో దూరం రాలేదు కదా. వెళ్లి తీసుకుని వచ్చేద్దాం" పిల్లలతోపాటు ప్రమీల సంతోషపడ్డారు.

"నీ నిర్వాకం ఓ మూగ జీవి ప్రాణం తీసేది" బాధపడుతూ అన్నాను.

"ఎప్పుడో ఒకప్పుడు గుర్తుకొచ్చేది. తిరిగి వచ్చేవాళ్ళం. మహా అయితే భోగి రోజు పోయేది" నేను తిట్టడం సహించలేక తిరుగుబాటు చేసింది ప్రమీల.

ఒక గంట కాలం వృధా అయ్యింది అనుకున్నామే కానీ మేమెంతో అదృష్టవంతులం. తలుపు తీసేటప్పటికే దేవుని గది ముందు నిలబడి అరుస్తున్న జూలీ కనబడింది.

దేవుని గదిలో చెక్కతో తయారు చేయించిన చిన్న మందిరంలో పెట్టిన దీపం వలన అక్కడి కాగితాలు అంటుకొని మంటలు కనపడ్డాయి. ప్రమీల నీళ్ళతో ఆర్పి లెంపలు వేసుకుని దేవుని ముందు కూర్చుని ఏడవడం మొదలుపెట్టింది. నాకు జాలి వేసింది.

"మనం అదృష్టవంతులం కాబట్టే కదా జూలీని వదిలి వెళ్ళాము. ఎందుకు ఏడుస్తావ్" భుజంపై చేతులు వేసి ఓదార్చాను నేను.

"దేవుని గదిలో దీపం ఆరిపోవడం కీడండి. మనం వెళ్లడం మానేద్దామా!" ప్రమీల సంక్రాంతి ప్రయాణం మానేద్దాం అనడం ప్రపంచ వింతవుతుంది. అలాగని నేను అమెతో మూఢనమ్మకమని వాదిస్తే ఆమెకు కోపం వస్తుంది.

అందుకే నేను నా తెలివితేటలకు పని చెప్పవలసిన అవసరం వచ్చింది. "ఇది చాలా మంచి సంకేతం. రాబోయే ఆపదలన్నీ కాలిపోయాయనీ నీవు నిత్యం కొలిచే దేవుడు తెలియజేసిన సందర్భం. నీ పూజలు ఊరికే పోతాయా" అన్నాను. ప్రమీల దేవుళ్ళందరినీ పదేపదే కళ్ళకు అద్దుకొని తేరుకుంది.

ప్రమీల చేసిన మరికొన్ని తప్పులను ఆమె దృష్టిలో పడకుండా నేను సరి చేశాను. గ్యాస్ పొయ్యి సిమ్ములో ఉంచింది. కట్టేసి సిలిండర్ ఆఫ్ చేసేసాను. ఫ్రిడ్జ్, టీవీ ప్లగ్గులు లాగలేదు. షార్ట్ సర్క్యూట్ అయ్యే ప్రమాదం ఉన్నదని ఎన్నోసార్లు చెప్పేవాడిని. నాది కూడా పొరపాటే కాబట్టి అవన్నీ సరి చేశాను.

గజిబిజి గందరగోళంలో తిరిగి ప్రయాణం మొదలుపెట్టాము.

ఔటర్ రింగ్ రోడ్డు ఎక్కి రామోజీ ఫిలిం సిటీ మీదుగా ఊరు దాటాము. టోలుగేటు దగ్గర కొంచెం నెమ్మదించినా డబ్బులు కట్టి వెళ్ళే పద్ధతి లేదు కాబట్టి ఒకప్పటిలా ఎక్కువ ఆలస్యం కాలేదు.

కొంత దూరం వెళ్లాక ఓ చెట్టు నీడలో కారు ఆపాను. కొంచెం రిఫ్రెష్ అయ్యాము. పిల్లలూ నేనూ చెట్ల వెనుక్కు వెళ్లి పని కానిచ్చాము. తరువాత చేతులు నీళ్ళతో శుభ్రం చేసుకున్నాము. ప్రమీల మాలా వెళ్ళడానికి ఇబ్బంది పడింది. సూర్యాపేట దగ్గర ఉన్న హోటల్ వద్ద వాష్ రూమ్ కి వెళ్తానన్నది. ఆమె వండితెచ్చిన పదార్థాలను అందరం కలిసి తిన్నాము. ప్లాస్క్ లో తెచ్చిన వేడి వేడి టీ సేవించాను.

"ఈ లెక్కన వెళితే రేపు ఉదయం భోగి సమయానికయినా వెళ్లగలమా!" నన్ను సరదా పట్టించింది ప్రమీల.

"నువ్వెంత అరిచి గోలెట్టినా సంక్రాంతి సమయంలో ఇంతకన్నా తొందరగా వెళ్లలేము" నవ్వుతూ అన్నాను నేను.

సరదాగా కబుర్లు చెప్పుకుంటూ సూర్యాపేట దగ్గరకు వచ్చేసాము. అక్కడ ఓ హోటల్ వద్ద ఆగాము. ప్రమీల వాష్రూమ్ కి వెళ్లి వచ్చాక చాలా కంగారుగా కనిపించింది.

"ఏమండీ" అన్నది ఏడుపు మొహంతో. ఆమెను చూసి నేను కంగారు పడ్డాను.

"ఏమయ్యింది చెప్పు" అన్నాను.

"మన ఎదురింటి పిన్నిగారి ఇంటి తాళం చెవులు నాతోపాటు తెచ్చేశాను" అన్నది

బిక్క మొహం పెట్టి.

"ఆవిడ తాళంచెవులు నీ దగ్గరెందుకున్నాయి. మన ఊరు వెళతామని తెలుసుకదా. ఎందుకు తీసుకున్నావ్" చిరాగ్గా అన్నాను.

"ఆవిడ ఊరినుండి నిన్నటి రోజునే వచ్చేయాలి. ఆమె రానందుకు నేనే ఫోన్ చేసి అడిగాను. వాళ్ళు వెళ్ళిన పనవ్వలేదని చెప్పింది. మన ప్రోగ్రామ్ గురించి ఆవిడకు చెప్పాను. ఆమె తన ఇంటి తాళాలను పక్కింట్లో ఇచ్చేయమంది. నేను అలాగే ఇవ్వాలనుకుని ఈ హడావిడిలో మరచిపోయాను" బాధపడుతూ చెప్పింది.

మతి పోయింది నాకు. ఈ సంవత్సరం సంక్రాంతి వేడుకలు కోల్పోతాననిపించింది. కోపం తెచ్చుకొని అరిచి మరిన్ని సమస్యలు తెచ్చుకోకూడదని నాలోని వివేకి హెచ్చరించాడు నన్ను. అప్పటికే ప్రమీల కూడా బిక్క మొహం వేసుకుని విచారంగా ఉంది. పిల్లల ముఖంలో ప్రయాణం రద్దయి పోతుందన్న బాధ కనబడుతుంది.

"ప్రమీలా! కంగారు పడకు. మనం పండగకు ఎలాగైనా వెళతాం. ముందు ఆవిడకు ఫోన్ చెయ్. ఈ లోపు ఏం చేయాలో నేను ఆలోచిస్తాను" చాలా ప్రశాంతంగా చెప్పేటప్పటికి ప్రమీల ఈ లోకంలోకి వచ్చి ఆవిడకు ఫోన్ చేసింది.

"వాళ్లు దారిలో ఉన్నారంట. డూప్లికేట్ తాళాలు కూడా వాళ్ల దగ్గర లేవంట" దాదాపు ఏడుస్తూ చెప్పింది.

"ఆ ఫోన్ నాకు ఇవ్వు. అంకుల్ తో నేను మాట్లాడతాను" అన్నాను.

"సారీ అంకుల్. పొరపాటు జరిగింది. మీరేమీ అనుకోనంటే నేనో ఉపాయం చెబుతాను. నా తెలంగాణా స్నేహితుడికి ఫోన్ చేస్తాను. వాడు ఎవరో ఒకరి చేత మీ తాళం తీయిస్తాడు. ఏదైనా సమస్య వచ్చి మీ తలుపు పాడైతే నేను తిరిగి వచ్చాక మొత్తం ఖర్చు భరించి చేయిస్తాను" అని బ్రతిమాలాను.

ఆ అంకుల్ ఒప్పుకున్నాడు. తిరిగి అందరి మొహాలలో ఆనందం పుట్టుకొచ్చింది.

మధ్యాహ్న భోజనాలు విజయవాడలో చేయాలనుకున్న మాకు సూర్యాపేటలో మేము ఆగిన హోటల్ దగ్గరే భోజనం చేయవలసిన పరిస్థితి ఏర్పడింది. అప్పటికే మధ్యాహ్నం వెళ్ళిపోయి రెండు గంటలయ్యింది. పిల్లలు ఎవరూ ఆకలి అనటం లేదు. అయినా కొంతసేపటికి నీరస పడిపోతారని నాకు తెలుసు. అందుకే హోటల్లోకి వెళ్లి వాళ్లకి కావలసినవి ఆర్డర్ చేశాను. నేను మాత్రం నిద్ర రాకుండా లైట్ టిఫిన్ ఆర్డర్ చేసుకున్నాను.

కారు ఎక్కటానికి ముందు ఓ అనుకోని ఆశ్చర్యకరమైన సంఘటన జరిగింది. మా ఎదురింటి అంకుల్ కారు పార్కు చేసుకొని హోటల్లోకి వెళుతూ కనపడ్డాడు.

"అంకుల్" చాలా గట్టిగా అరిచాను. ఆయన ఆంటీతో సహా మా దగ్గరకు వచ్చాడు. ప్రమీల ముఖంలో కనపడిన భావాలను వర్ణించడం కష్టం.

"ఏంటి ఆంటీ. దారిలో ఉన్నామని ఇక్కడ తేలారు" ఆవిడ చేతులు పట్టుకుని ఆనందంతో కుదుపుతూ అడిగింది.

"అవునమ్మా. విజయవాడలో అమ్మవారి దర్శనం చేసుకుని తిరుగు ప్రయాణంలో ఉన్నప్పుడు మీ ఫోన్ వచ్చింది. దారిలో ఉన్నట్లే కదా" ఆవిడ వివరణ ఇచ్చింది.

ఆలస్యం అయినా ఓ పదిహేను నిమిషాలు పాటు సరదా సంభాషణ జరిగింది. మనసులు తేలిక పడ్డాయి. వాళ్ల తాళాలు వాళ్ళకి ఇవ్వటమే కాక మా తాళాల డూప్లికేట్ సెట్ కూడా వాళ్లకిచ్చాము.

సూర్యాపేట నుండి సాయంత్రం నాలుగు గంటలకు తూర్పుగోదావరి జిల్లా లోని మురమళ్ళకు ముచ్చెమటలు పట్టించిన సంక్రాంతి పయనం మొదలయ్యింది.

ఆలస్యమైనా సంక్రాంతి సంబరాలను అనుభవించి మైమరిచిపోయాము.

సంక్రాంతి సంబరాలు

లతా మూర్తి మద్దాలి
హైదరాబాద్
Ph: 6302805571

సంక్రాంతి పండుగ వస్తుందంటే ఆంధ్రా అంతా గొప్ప సందడి. తూర్పు గోదావరి జిల్లా పిఠాపురంలో అది ఓ నాలుగిళ్ళ లోగిలి. అందులోని ఒక ఇంట్లో ఆ ఇళ్ళ యజమాని జగన్నాథంగారు భార్య అన్నపూర్ణతో కలిసి ఉంటారు. వారికి ఇద్దరు పుత్రికా రత్నాలు ఉష, సంధ్య, ఒక కొడుకు సుమంత్. ఉన్నంతలో పెద్ద వాటా (ఐదు గదులు)లో వారు ఉంటూ మిగిలిన మూడు వాటాలు (నాలుగు గదుల ఇల్లు) అద్దెకు ఇచ్చారు. జగన్నాథం గారు అక్కడే గ్రామీణ బ్యాంకులో మేనేజర్. స్థితిమంతుల జాబితా లోకే వస్తారు. భార్యాభర్తలిద్దరికీ బంధు ప్రీతి, పూజా పురస్కారాలు ఎక్కువే.

మిగిలిన మూడు వాటాల్లో సాధారణ మధ్య తరగతి కుటుంబాలు ఉన్నాయి. విచిత్రంగా వీరు ముగ్గురికీ ఒక కూతురు, కొడుకు చొప్పున ఇద్దరేసి పిల్లలు. నాలుగు ఇళ్ళలోనూ అమ్మాయిలకు పెళ్ళిళ్ళు జరిగి అత్తారిళ్ళలో ఉన్నారు. సంక్రాంతి పండుగ వస్తోంది. ఆడపిల్లలు ఎప్పుడెప్పుడు పుట్టింటికి రావాలా అని ఎదురుచూపులు. తల్లిదండ్రులకు పండుగ కొచ్చిన అల్లుళ్ళకు తగు మర్యాదలు చేయగలమా లేదా అనే విషయంపై తర్జనభర్జనలు.

ఎదురు చూసిన రోజు రానే వచ్చింది. బిలబిలమంటూ కూతుర్లంతా కుటుంబాలతో సహా వచ్చేసారు.

***

తూర్పు వైపు వాటాలో ఉండే నరసింహం, పద్మావతి గార్ల అమ్మాయి లక్ష్మి, అల్లుడు పవన్. వారికి ఇద్దరు మగపిల్లలు సుధీర్, సుమంత్. అల్లుడు పవన్ కాస్త మొహమాటస్తుడు. ఇది కావాలంటూ ఏదీ నోరు తెరిచి అడగలేదు ఏనాడూ.

నరసింహం ఓ పెద్ద బట్టల దుకాణంలో క్యాషియర్. ఉన్నంతలో పొదుపుగా జీవిస్తూ ఏలోటూ లేకుండా కూతురి పెళ్లి చేశారు. పండక్కి వచ్చిన అల్లుడి కోసం రకరకాల వంటకాలు చేసింది పద్మావతి. విస్తరిలో వడ్డించిన పదార్థాలలో వెలక్కాయ పచ్చడి చూడగానే నోట్లో నీరూరుంది పవన్ కి. అది అతనికి ఎంతో ఇష్టం. చిన్నప్పుడు అమ్మమ్మ చేసి పెట్టేది. పైగా అమ్మమ్మ లాగానే అత్తగారు కూడా రోట్లో నూరారు. “ఆహా గట్టిగా లాగించేయాలి,” మనసులోనే రుచిని ఊహించుకుంటూ తినేందుకు ఉద్యుక్తుడయ్యాడు. ముందుగా ఈ చామదుంప వేపుడు, మామిడికాయ పప్పు తినేస్తే తర్వాత తనకు ఇష్టమైన పచ్చడిని ఆస్వాదిస్తూ తినొచ్చు అనుకున్నాడు. అతని కంచంలో వేపుడు ఐపోతూనే గబుక్కున మళ్ళీ వడ్డించింది అత్తగారు. మొహమాటం వల్ల వద్దని చెప్పలేక అదీ తినేసాడు. ఈలోగా అందరూ ముక్కల పులుసు వేసుకుంటూ అతనికీ వడ్డించేసింది పద్మావతి. అది అవకుండానే అయ్యో అల్లుడుగారికి అసలే మొహమాటం, కాస్త ఆ బెల్లం పరమాన్నం వడ్డించమ్మా అంటూ కూతురికి చెప్పడం, వెంటనే లక్ష్మి ఆ పని చేయడం జరిగిపోయాయి. పాపం పవన్, పచ్చడి అన్నం తినే అవకాశం రాలేదు. విస్తరిలోని కాస్త పచ్చడి పెరుగన్నంలో నంజుకు తిన్నాడు గానీ తనివి తీరలేదు.

రుచి అద్భుతంగా ఉంది. కానీ పచ్చడి గిన్నె చూస్తే ఖాళీగా ఉంది. ఎంత దుఃఖం వచ్చిందో అతనికి. చేయి కడుక్కునేందుకు దొడ్లోకి వెళ్ళాడు. అక్కడ అత్తగారు పచ్చడి నూరిన రోలు. సమయం లేక ఆవిడ దాన్ని కడగలేదు కాబోలు, రారమ్మని తననే ఆహ్వానిస్తున్నట్టుగా అనిపించింది. అటు, ఇటు, చూశాడు. బయట ఎవరూ లేరు. వెంటనే చేయితో రోలంతా తాకి ఆ చేతులని నాకాడు. రోటికి అంటుకొని ఉన్న పచ్చడి

చేతులతో రావడం లేదు. లాభం లేదనిపించి గబుక్కున వంగి నాలికతో రోలంతా నాకాడు. ఓవైపు నుంచి మరోవైపుకి అలాగే తల తిప్పేప్పటికీ తలకాయ రోట్లో దూరిపోయింది. ఎంతో ప్రయత్నించాడు కానీ రావడం లేదు. "ఇప్పుడేం చేయడం, కేకలు పెట్టి ఎవరినైనా పిలుద్దామా? బాగుండదేమో," ఆలోచిస్తూ ఉండగానే అటుగా వచ్చిన బావమరిది చూడనే చూశాడు. "ఏమిటి బావా, ఇక్కడేం చేస్తున్నావ్?" అంటూ వచ్చిన అతనికి బావ పరిస్థితి అర్థం అయింది. సాయం పట్టి బావ తలని బయటికి లాగేందుకు ప్రయత్నించాడు కానీ కుదరలేదు. దాంతో తండ్రిని, చెల్లిని కేకేసాడు. ఆ కేకలకి వారు మాత్రమే కాక మిగిలిన వాటాల్లోని వారందరూ బయటికి వచ్చారు. మొత్తానికి అంతా కలిసి ఎలాగోలా అతని తలని రోట్లోంచి బయటికి లాగారు. చుట్టూ చూసిన పవన్ తేలు కుట్టిన దొంగలా మౌనంగా లోపలికి వెళ్ళిపోయాడు. జరిగిన విషయం అర్థమైన వారందరూ బయటికి నవ్వలేక తమలో తామే ముసి ముసి నవ్వులు నవ్వుకుంటూ ఎవరి దారిని వారు వెళ్ళిపోయారు. గట్టిగా నవ్వితే అల్లుడుగారు బాధపడతారు కదా మరి!

మరునాడు అల్లుడిగారి కోసం ప్రత్యేకంగా మళ్ళీ వెలక్కాయ పచ్చడి చేసి అతను ఒద్దనేంత వరకూ వడ్డించింది లెండి అత్త పద్మావతి గారు. అదే కొసమెరుపు.

***

దక్షిణం వైపున ఉండే దక్షిణామూర్తి గారి గురించి కాస్త ఎక్కువగానే చెప్పుకోవాలి. ఆయన ఒక ప్రైవేటు పాఠశాలలో గణిత ఉపాధ్యాయుడు. చుట్టుపక్కల గ్రామాల్లో కూడా ఆయనకు మంచి పేరుంది. ఆయన దగ్గర చదువుకున్న ఎందరో విద్యార్థులు ఉన్నత చదువులు చదువుకుని పెద్ద పెద్ద ఉద్యోగాలలో స్థిరపడ్డారు. ఆయన మాత్రం అదే పాఠశాలలో ఎన్నో ఏళ్లుగా విద్యాదానం చేస్తూ ఎదుగూ బొదుగూ లేకుండా ఉండిపోయారు. ఆయన ట్యూషన్లు చెప్తే చాలు ఎంతోమంది ఎంత ఫీజ్ అయినా ఇచ్చి చెప్పించుకుంటారు. కానీ ఆయన అలా చేయరు. తాను క్లాస్ లో

చెప్పినది అర్థం కాని వాళ్ళు ఎవరైనా సరే, ఏ వేళ కైనా సరే, ఇంటికి వస్తే వారికి సందేహాలు నిస్సందేహంగా తీర్చేస్తారు. కానీ ట్యూషన్ అంటూ పెట్టి డబ్బు పిండి చదువు చెప్పడం ఆయనకు సుతరామూ ఇష్టం లేదు. భార్య భ్రమరాంబ అనుకూలవతి. ఏనాడూ ఆయన్ని ఏ విషయంలోనూ ప్రశ్నించి ఎరుగదు. ఎన్నో ఏళ్లుగా ఇదే ఇంట్లో ఉన్నారు. తన పిల్లలకు నాలుగు అక్షరాలు వచ్చాయంటే అది ఆయన వల్లనే కనుక ఆయన వద్ద గత పదేళ్లుగా అదే నామమాత్రపు అద్దె పుచ్చుకుంటున్నారు జగన్నాథం గారు.

ఆయన వద్ద చదువుకుని గణితం అంటే ఉన్న భయం పోయి ఎంతో ఇష్టం ఏర్పడినందువల్ల ఇంజనీరింగ్ పూర్తి చేసి హైదరాబాద్ లో పెద్ద సాఫ్ట్వేర్ కంపెనీలో ఉద్యోగం చేస్తున్న సుబ్రహ్మణ్యం, గురుదక్షిణగా పైసా కట్నం లేకుండా, పెళ్లి ఖర్చు కూడా తానే పెట్టుకుని మరీ మాస్టారు కూతురు వల్లీ దేవిని వివాహం చేసుకున్నాడు.

నిజానికి గణితంలో సందేహాలు తీర్చుకునేందుకు మాస్టారుగారి ఇంటికి తరచుగా వెళ్తూ ఉండడం వల్ల వల్లికి, అతనికి మంచి స్నేహం ఏర్పడింది. తనకి వివాహం చేయాలని తన తల్లిదండ్రులు భావించిన సమయంలో అతనికి ఆమె గుర్తొచ్చింది. ఆమె అంగీకారంతో, పెద్దలను ఒప్పించి వివాహం చేసుకున్నాడు. వారికి ఒక పాపాయి ధన్య. ప్రతి సంవత్సరం దక్షిణామూర్తి గారి ఇంట్లో పండుగ చూసి తీరవలసిందే.

“ఇదేమిటి బాబూ, ప్రతి సంవత్సరం పండక్కి వచ్చేటప్పుడు పచారీ సామాన్లు, మీ వంట మనిషి అన్నిటినీ వెంటబెట్టుకు రావడం ఏమైనా బాగుందా? పైగా బట్టలు కూడా మీరే మాకు తీసుకు రావడం, చూసేవారు ఏమనుకుంటారు?” అడిగిన మామగారికి నవ్వుతూ సమాధానం చెప్తాడు సుబ్రహ్మణ్యం.

“మాస్టారు గారూ, పండుగ అంటే అందరం కలిసి సంతోషంగా గడపడం. అంతే తప్ప అల్లుడినంటూ నేను వచ్చి ‘జామాతా దశమ గ్రహ’ లాగా మిమ్మల్ని

ఇబ్బంది పెట్టడం కాదు. అయినా నేను ఈరోజు ఈ స్థానంలో ఉన్నానంటే అది పూర్తిగా మీ చలవే. అది నేను ఏనాడూ మర్చిపోను. కాబట్టి దాని గురించి మర్చిపోయి హాయిగా మీకు ఏమేం కావాలో అన్నీ మా వంట మనిషి రమణమ్మ కి ఆర్డర్ ఇచ్చేయండి. ఈ నాలుగు రోజులూ అత్తయ్య గారికి కూడా సెలవు దొరకాలి కదా. మనందరం హాయిగా కూర్చుని కబుర్లు చెప్పుకుంటూ పేకలు, కటాన్, తంబోలా ఆడుకుందాం. అదే కదా పండుగ అంటే," చెబుతున్న అల్లుడ్ని చూస్తూ మురిసిపోయింది భ్రమరాంబ.

రమణమ్మతో కలిసి సంతోషంగా అల్లుడు గారికి ఇష్టమైన వంటలన్నీ చేసింది. "ఆహా! అత్తయ్య గారూ ఈ రవ్వ పులిహోర, బూరెలు, వంకాయ చిక్కుడుకాయ అల్లం పచ్చిమిర్చి పెట్టిన కూర మీరు చేసినట్లు మా రమణమ్మకి, మీ అమ్మాయికి ఇద్దరికీ రాదు. మరి కాస్త వడ్డించండి," అంటూ ఆప్యాయంగా భోం చేస్తున్న అల్లుడిని చూసి తమ అదృష్టానికి పొంగిపోయారు ఆ దంపతులు. ఇటువంటి అల్లుళ్ళు ఉన్న వారింట్లో కదా నిజమైన పండుగ. వారి ఇంట్లోంచి వినిపిస్తున్న నవ్వులు, కేరింతలతో ఆ నాలుగిళ్ళ లోగిలిలో అసలైన పండుగ వాతావరణం నెలకొంది.

***

ఇంకా పడమర వైపు వాటా లోని రామలింగం గారి ఇంట్లోని పరిస్థితి చూద్దాం. ఆయన మాటలతోటే మనుషుల్ని బోల్తా కొట్టించే రకం. పంచదార ఫ్యాక్టరీలో ఉద్యోగమేమో నోట్లో పంచదార పోసుకున్నట్టు తీయగా మాట్లాడుతాడు.

భార్య సత్యవతి అతనికి తగిన ఇల్లాలు. తన తీయటి మాటలతోటి పెళ్లిళ్ల పేరయ్యనే కాక, అల్లుడు వెంకటేష్ తల్లిదండ్రులను కూడా మురిపించేసి కూతురు శోభ పెళ్లి జరిపించేశాడు. ఆ అమ్మాయికి మటుకు నోట్లో నాలుక లేదు పాపం. హైదరాబాద్ లో ఉద్యోగం చేస్తున్న వెంకటేష్ కి అత్తారింటికి రావడం పెద్దగా ఇష్టం ఉండదు. పెళ్ళైన తరువాత వచ్చిన మొదటి పండుగ నాడే తల స్నానం చేసేందుకు

షాంపూ ఇమ్మని అడిగితే ఓ 50 పైసల షాంపు ప్యాకెట్ ఇచ్చి మీకు, అమ్మాయికి కూడా సరిపోతుంది జాగ్రత్తగా వాడండి అని చెప్పాడు మామగారు. కానీ సంక్రాంతి సమయంలో జోరుగా సాగే కోడిపందాలను చూడటం అతని బలహీనత. కేవలం చూడటం మాత్రమే. అందుకోసం తప్పక అత్తారింటికి వస్తాడు.

ఖర్చంటే ఆమడ దూరం పరిగెట్టే రామలింగం, సత్యవతిలు పండక్కి వచ్చే అల్లుడికి చేయాల్సిన మర్యాదల గురించి జాగ్రత్తగా చర్చించుకుని సిద్ధంగా ఉన్నారు. భోజనానికి కూర్చున్న వెంకటేష్ ఊహించని విధంగా అరిటాకులో ఆరు రకాల వంటకాలు చూసి ఆశ్చర్యపోయాడు. తోటకూర పప్పు, బచ్చలికాడ పులుసు, గోంగూర పచ్చడి, అరటికాయ ఆవ పెట్టిన కూర, రవ్వకేసరి, దద్దోజనం. "ఆహా ఏమి నా భాగ్యం ఈరోజు నిజంగా పండగే," మనసులో అనుకోబోయి పొరపాటున పైకే అనేసాడు వెంకటేష్.

"ఏమేవ్, ఆ పద్మావతి అక్కగారు, భ్రమరాంబ అక్కగారు పంపించిన వంటకాలన్నీ ఒకేరోజు వడ్డించేసావా? రేపేం పెడదామని?" వంట గదిలోకి వెళ్లి భార్యతో గుసగుసలాడాడు రామలింగం.

"భళే వారేనండీ, బూరెలు, పులిహోర, వంకాయ చిక్కుడు కాయ కూర, మరి కొన్ని పదార్థాలు రేపటి కోసం అట్టి పెట్టాను, కంగారు పడకండి," నవ్వుతూ సమాధానం చెప్పింది భార్య.

చెవొగ్గి ఆ మాటలు విన్న వెంకటేష్ గతుక్కుమన్నాడు. "ఓహో! అదా సంగతి. అయితే రేపు భోజనానికి ఇంట్లో ఉండకూడదు. ఏ హోటల్ లోనూ తినేసి చక్కా రావాలి. వీళ్ళేదో మారారు అనుకున్నాను కానీ పుట్టుకతో వచ్చింది పుడకలతో కానీ పోదు అన్నట్టుగా వీళ్ళు ఈ జన్మకి మారరు. నా అదృష్టమింతే అనుకోవడమే," నిట్టూరుస్తూ ఆనాటి భోజనం ముగించి చేయి కడుక్కునేందుకు వెళ్లినప్పుడు గమనించాడు - వండిన ఆకుకూరలు, అరటికాయలు అన్నీ ఆ దొడ్లో కాసినవే.

***

జగన్నాథం గారి ఇంట్లో పండుగ ప్రతి సంవత్సరం ఒక ప్రత్యేకతను సంతరించుకుంటుంది. సంక్రాంతికి పెట్టే బొమ్మలు కొలువుకి ఒక్కో సంవత్సరం ఒక్కొక్క నేపథ్యం ఆలోచించి విభిన్నంగా చేయడం వారి ప్రత్యేకత. ఈ సంవత్సరం 'మహిళా విజేతలు' అన్న అంశాన్ని ఎంచుకొని వివిధ రంగాల్లో అత్యున్నత శిఖరాలను అధిరోహించిన మహిళలందరినీ బొమ్మలుగా చేర్చి కొలువులో పెట్టారు. పండుగకి రెండు రోజులు ముందు నుంచి రాబోయే అల్లుళ్ళ కోసం హడావిడి మొదలుపెట్టారు అన్నపూర్ణ గారు. పండుగ రోజు ఉదయానికి విశాఖపట్నం నుంచి ఉష, ఆమె భర్త డాక్టర్ కుమార్ వారి ఇద్దరు పిల్లలు వచ్చారు. కాసేపటి తర్వాత సంధ్య, ఆమె భర్త ఛార్టర్డ్ అకౌంటెంట్ సుధాకర్ వారి ఏకైక పుత్రుడు మహేష్ విజయవాడ నుంచి వచ్చారు. ఇంక అప్పుడు మొదలైంది వారింట్లో హడావిడి. ఊర్లోని బంధువులనందర్నీ కూడా పిలిచారు, పండుగ అందరం కలసి జరుపుకుంటే ఆనందం అంటూ. కొందరు, "పండక్కి మా ఇంట్లో మేమే," అంటూ రాలేమని చెప్పారు. మరికొందరు మాత్రం వచ్చారు.

అప్పుడు సమయం మధ్యాహ్నం 12.30 గంటలైంది. ఉన్నట్లుండి వివిధ మీడియాలో పనిచేస్తున్న విలేకరుల రాక మొదలైంది. ఏం జరుగుతోందో అర్థం కాలేదు అల్లుళ్ళకు. అందరూ భోజనాలకి లేవండి అంటూ ఆప్యాయంగా పిలిచిన అత్తగారి వెనకాల వెళ్లిన వారు అక్కడి దృశ్యం చూసి హతాశులయ్యారు. ఒక్కో విస్తరిలో లెక్కకు మించిన ఆహార పదార్థాలు, అవి షూట్ చేస్తున్నారు ఆ విలేకరులు. "అయ్య బాబోయ్ 150 పైగా రకాలు వడ్డించారు. చెప్పండి మేడం ఎలా మీరు ఇన్ని వంటకాలు చేశారు? ఎందుకు చేశారు?" అడుగుతున్నారు విలేకరులు.

"ఏమీ లేదండీ ప్రతి సంవత్సరం పండుగ విభిన్నంగా చేయడం అలవాటు నాకు. ఈ సంవత్సరం మా అల్లుళ్ళ పై నాకున్న ప్రేమ ఈ విధంగా ప్రకటించాలని ఇలా

చేసాను. మిమ్మల్ని ఎవరు పిలిచారో నాకు తెలియదు, మీరంతా కూడా భోంచేసి వెళ్ళండి," తాను చేసినది అతి సాధారణమైన విషయం అన్నట్లుగా సమాధానమిచ్చింది ఆవిడ. ఏమాత్రం గర్వం గానీ, అతిశయం గానీ లేవు ఆవిడలో.

"లేదత్తయ్యా, మీరు అల్లుళ్ళ పై ప్రేమతో ఇలా చేశారు. మీ మీద ప్రేమతో, మీరు చేసిన ఈ ప్రయత్నం పదిమందికీ తెలియాలని నేనే వీళ్ళని పిలిచాను," చెప్పింది కోడలు దివ్య.

"బాగుందండీ మీ కుటుంబంలో ఒకరిపై ఒకరు చూపిస్తున్న ప్రేమానురాగాలు,

నిజంగా మేము చూపించాల్సింది ఈ ఆహార పదార్థాలు కాదు మీ కుటుంబంలో వెల్లివిరుస్తున్న మమతానుబంధాలు. నేడు ప్రపంచంలో కొరవడింది అదే. మిమ్మల్ని చూసి కొందరిలో ఐనా మార్పు వచ్చి ఇలా మంచి ప్రేమ లోగిళ్ళు ఏర్పడితే మన తర్వాత తరానికి ఒక చక్కని సమాజాన్ని బహుమతిగా అందించవచ్చు. మీ ఇంటి బయట అన్నపూర్ణ నిలయం అని బోర్డు కరెక్ట్ గానే ఉంది. రెండవ వైపు ప్రేమ లోగిలి అని మరో బోర్డు పెట్టండి, భేషుగ్గా ఉంటుంది," ఒక ప్రముఖమైన యూట్యూబర్ ఉద్విగ్నంగా చెప్తున్నాడు.

"సరే, సరే కబుర్లతో కడుపు నిండదు కదా, రండి భోజనం లాగిద్దాం," తొందర పెట్టారు జగన్నాథం గారు.

అందరూ కడుపారా భుజించి, 'అన్నదాతా సుఖీభవ' అంటూ ఆ దంపతుల్ని ఆశీర్వదించి వెళ్లారు.

***

ఉండండుండండి, వీళ్ళ లోగిలిలో సంక్రాంతి సంబరాలు అప్పుడే ముగియలేదు. సాయంకాలం ఆటకు మొత్తం నాలుగు వాటాల వారూ పండుగ కానుకగా విడుదలైన మహేష్ బాబు సినిమాకు వెళ్ళి వచ్చారు. రామలింగం గారెలా టికెట్ల ఖర్చు పెట్టారా అనుకుంటున్నారా? అబ్బే ఖర్చంతా మన జగన్నాథం గారిదే. తన ఇంట్లో అద్దెకు ఉన్న

వారందరికీ పండుగ శుభాకాంక్షలు అలా తెలియజేశారు ఆయన. ఆయన ప్రిన్స్ మహేష్ బాబు వీరాభిమాని మరి!

www.ingramcontent.com/pod-product-compliance
Lightning Source LLC
LaVergne TN
LVHW032104041026
849518LV00010B/2988
* 9 7 8 8 1 9 8 8 1 8 4 5 4 *